SÁCH DẠY NẤU ĂN THEO CHẾ ĐỘ ĐỊA TRUNG HẢI CHO NGƯỜI MỚI BẮT ĐẦU 2023

HƠN 100 CÔNG THỨC NẤU ĂN DỄ DÀNG VÀ NGON MIỆNG, KẾ HOẠCH BỮA ĂN TRONG 30 NGÀY GIÚP BẠN XÂY DỰNG CƠ THỂ KHỎE MẠNH

PRUNELLA CUNNINGHAM

Đã đăng ký Bản quyền.

từ chối trách nhiệm

Thông tin trong Sách điện tử này nhằm mục đích phục vụ như một bộ sưu tập toàn diện các chiến lược mà tác giả của Sách điện tử này đã thực hiện nghiên cứu. Tóm tắt, chiến lược, mẹo và thủ thuật chỉ được tác giả đề xuất và việc đọc Sách điện tử này sẽ không đảm bảo rằng kết quả của một người sẽ phản ánh chính xác kết quả của tác giả. Tác giả của Sách điện tử đã thực hiện tất cả các nỗ lực hợp lý để cung cấp thông tin hiện tại và chính xác cho người đọc Sách điện tử. Tác giả và các cộng sự của nó sẽ không chịu trách nhiệm pháp lý cho bất kỳ lỗi hoặc thiếu sót không chủ ý nào có thể được tìm thấy. Tài liệu trong Sách điện tử có thể bao gồm thông tin từ bên thứ ba. Tài liệu của bên thứ ba bao gồm các ý kiến được thể hiện bởi chủ sở hữu của họ. Do đó, tác giả của Sách điện tử không chịu trách nhiệm hoặc trách nhiệm pháp lý đối với bất kỳ tài liệu hoặc ý kiến của bên thứ ba nào.

Sách điện tử có bản quyền © 2022 với mọi quyền được bảo lưu. Việc phân phối lại, sao chép hoặc tạo toàn bộ hoặc một phần tác phẩm phái sinh từ Sách điện tử này là bất hợp pháp. Không có phần nào của báo cáo này có thể được sao chép hoặc truyền lại dưới bất kỳ hình thức nào mà không có sự cho phép bằng văn bản và có chữ ký của tác giả.

Mục Lục

- Mục Lục 3
- Giới Thiệu 7
- 1. Gambas tôm 9
- 2. Hến trộn giấm 11
- 3. Ớt nhồi cơm 14
- 4. Mực với hương thảo và dầu ớt 17
- 5. Salad tortellini 20
- 6. Salad mì ống Caprese 22
- 7. Bruschetta thơm 24
- 8. Pizza viên 27
- 9. Tôm chiên giòn 30
- 10. Cà chua nhồi 33
- 11. Cá tuyết rán muối với Aioli 35
- 12. Chả tôm 38
- 13. Khoai tây chiên giòn 41
- 14. Căn sò điệp và prosciutto 44
- 15. Cà tím ngâm mật ong 47
- 16. Xúc xích nấu rượu táo 50
- 17. Bánh ngọt gà kiểu Ý 52
- 18. Thịt bò kebab Tây Ban Nha 54
- 19. Bắp rang kiểu Ý giòn tan 57
- 20. Quả bóng Arancini 59
- 21. Manchego với cam bảo quản 63
- 22. Nachos kiểu Ý 66
- 23. Pintxo gà 69
- 24. Gói thịt bò Ý 71
- 25. Món cuộn Pepperoni kiểu Ý 73

26. Cơm Ý Tây Ban Nha 76
27. Cơm cuộn kiểu Ý 79
28. Salad khoai tây Tây Ban Nha 83
29. Carbonara Tây Ban Nha 86
30. Thịt viên sốt cà chua 89
31. Súp đậu trắng 92
32. Chả cá 95
33. Kem cam-chanh Tây Ban Nha 98
34. Dưa say 100
35. Kem hạnh nhân 102
36. Bánh táo Tây Ban Nha 104
37. Mãng cầu caramel 107
38. Bánh phô mai Tây Ban Nha 110
39. Mãng cầu chiên kiểu Tây Ban Nha 113
40. Bánh bông lan Ý 116
41. Đào nướng kiểu Ý 119
42. Bánh mận Ý cay 122
43. Mỳ Ý Fagioli 125
44. Thịt viên và súp Tortellini 128
45. Gà Marsala 131
46. Gà Cheddar tỏi 134
47. Gà Fettuccini Alfredo 137
48. Ziti với xúc xích 140
49. Xúc xích và ớt 143
50. Lasagna sốt 146
51. Bữa tối hải sản Diavolo 149
52. Linguine và tôm Scampi 152
53. Tôm sốt kem Pesto 155
54. Súp cá và Chorizo 158
55. Affogato 161
56. Sốt Tahini 163

57. Sốt sữa chua tỏi	165
58. Sốt bơ-sữa chua	167
59. Sốt sữa chua Tahini	169
60. Cá cơm	171
61. Sốt húng quế	173
62. Harissa	176
63. Hoa hồng Harissa	178
64. Bảo quản chanh	180
65. Củ cải hồng ngâm chua	182
66. Hành tây ngâm nhanh	185
67. Ratatouille Tây Ban Nha	187
68. Đậu và Chorizo hầm	190
69. Gác-pa-cô	193
70. Cơm mực	196
71. Thỏ hầm cà chua	199
72. Tôm xào thì là	202
73. Salad atisô chiên giòn với giấm chanh	205
74. Salad cà rốt và cá hồi hun khói	208
75. Salad củ cải với sữa chua gia vị và cải xoong	211
76. Fattoush với Butternut Squash và Apple	214
77. Panzanella với Fiddleheads	217
78. Salad trái cây và rau củ xắt nhỏ	220
79. Rau mùi tây-dưa chuột với Feta	223
80. Salad ba hạt đậu	226
81. Salad khoai lang hạnh nhân	229
82. Horiatiki Salata	232
83. Feta, Jicama và Salad cà chua	235
84. Salad bí đao nướng	238
85. Panna cotta sô cô la	242
86. Galette phô mai với Salami	244
87. Tiramisu	247

88. Bánh kem Ricotta.. 250
89. Bánh quy hồi... 253
90. Panna cotta.. 256
91. Bánh flan caramen... 259
92. Kem Catalan.. 261
93. Kẹo hạt Tây Ban Nha... 264
94. Bánh pudding mật ong.. 266
95. Bánh hành Tây Ban Nha... 269
96. Soufflé chảo kiểu Tây Ban Nha... 272
97. Semifreddo mật ong đông lạnh 274
98. Zabaglione... 277
99. Hành tím.. 279
100. Chug xanh... 281

PHẦN KẾT LUẬN... 283

GIỚI THIỆU

Hơn 100 công thức nấu ăn dễ dàng và ngon miệng, kế hoạch bữa ăn trong 30 ngày giúp bạn xây dựng thói quen lành mạnh.

√ Bạn đang tìm kiếm một cuốn sách nấu ăn giúp cắt giảm lượng calo và xây dựng thói quen ăn uống lành mạnh mà không làm giảm hương vị?

√ Bạn đang tìm kiếm một chế độ ăn kiêng cho bất kỳ nhu cầu nào: Giảm cân, Sức khỏe tim mạch, Sức khỏe não bộ, Tuổi thọ và Đường ruột khỏe mạnh?

√ Bạn cần một Kế hoạch ăn kiêng trong 30 ngày hoàn hảo để giúp bạn dễ dàng có được một chế độ ăn uống ngon miệng và tốt cho sức khỏe mà không cần phải suy nghĩ xem tiếp theo sẽ ăn gì?

Cuốn sách dạy nấu ăn theo chế độ Địa Trung Hải này sẽ hoàn hảo cho bạn, thân thiện với người mới bắt đầu cũng như người dùng cao cấp, hướng dẫn đáng tin cậy để nấu và ăn theo cách Địa Trung Hải, có sự cân bằng hoàn hảo giữa rau, ngũ cốc, trái cây, protein chất lượng cao, nhiều dầu ô liu, và thỉnh thoảng ăn thịt và cá.

<u>Đây là những gì bạn sẽ tìm thấy trong hướng dẫn toàn diện này:</u>

Khái niệm cơ bản về chế độ ăn Địa Trung Hải. Tìm hiểu thêm về chế độ ăn Địa Trung Hải là gì, các nguyên tắc cơ bản cần tuân theo và cách chế độ này cung cấp hướng dẫn lành mạnh để giảm cân bền vững và thiết lập thói quen ăn uống lành mạnh.

Công thức nấu ăn nhanh chóng và dễ dàng. Bạn sẽ tìm thấy vô số công thức nấu ăn nhanh chóng và dễ dàng được chia thành các danh mục và được bổ sung thêm thông tin hữu ích như giá trị dinh dưỡng, thời gian chuẩn bị và cách nấu, được thiết kế để làm hài lòng khẩu vị và tăng cường sức khỏe.

Kế hoạch ăn kiêng 30 ngày. Một kế hoạch bữa ăn Địa Trung Hải trong 30 ngày dễ thực hiện để giúp bạn bắt đầu, với danh sách thực phẩm và mua sắm toàn diện cũng như các mẹo để tạo thực đơn của riêng bạn.

Công thức nấu ăn từ các loại khác nhau có thể được kết hợp thành một kế hoạch bữa ăn hàng ngày không lặp lại trong 100 ngày:

- Bí quyết bữa sáng
- Cá và hải sản
- Rau chính và Công thức nấu ăn không thịt
- Đậu, ngũ cốc và mì ống
- Trái cây, món tráng miệng và đồ ăn nhẹ
- Món ăn kèm, Salad và Súp
- Gia cầm và Thịt.

1. gamba tôm

Máy chủ 6

Thành phần:

- 1/2 chén dầu ô liu
- Nước cốt của 1 quả chanh
- 2 muỗng cà phê muối biển
- 24 con tôm loại vừa, còn nguyên đầu, còn nguyên vỏ

Hướng:

a) Trong một bát trộn, kết hợp dầu ô liu, nước cốt chanh và muối và đánh cho đến khi kết hợp hoàn toàn. Để phủ nhẹ tôm, nhúng chúng vào hỗn hợp trong vài giây.

b) Trong chảo khô, đun nóng dầu trên lửa lớn. Làm theo mẻ, cho tôm thành từng lớp mà không làm đông chảo khi chảo còn rất nóng. 1 phút nung nấu

c) Giảm nhiệt xuống mức trung bình và nấu thêm một phút nữa. Tăng nhiệt lên cao và nướng tôm thêm 2 phút nữa hoặc cho đến khi vàng.

d) Giữ ấm tôm trong lò thấp trên đĩa cách nhiệt.

e) Nấu tôm còn lại theo cách tương tự.

2. vẹm dấm

Khẩu phần: Làm 30 món tapas

Thành phần:

- 2 1/2 tá hến, cạo sạch râu Rau răm thái nhỏ
- 2 muỗng canh hành lá băm nhỏ
- 2 muỗng canh ớt xanh băm nhỏ
- 2 muỗng canh ớt đỏ băm nhỏ
- 1 muỗng canh rau mùi tây xắt nhỏ
- 4 muỗng canh dầu ô liu
- 2 muỗng canh giấm hoặc nước cốt chanh
- Một chút sốt tiêu đỏ
- muối để hương vị

Hướng:

a) Hến hấp mở.

b) Đặt chúng trong một nồi nước lớn. Đậy nắp và nấu trên lửa lớn, thỉnh thoảng khuấy chảo cho đến khi vỏ mở ra. Vớt hến ra khỏi lửa và loại bỏ những con không mở miệng.

c) Trai cũng có thể được làm nóng trong lò vi sóng để mở chúng. Cho chúng vào lò vi sóng trong một phút ở công suất tối đa trong bát an toàn với lò vi sóng, được đậy kín một phần.

d) Lò vi sóng trong một phút nữa sau khi khuấy. Loại bỏ bất kỳ con hến nào đã mở và nấu thêm một phút nữa trong lò vi sóng. Xóa những cái đang mở một lần nữa.

e) Loại bỏ và loại bỏ vỏ rỗng sau khi chúng đủ lạnh để xử lý.

f) Trên khay phục vụ, đặt hến lên trên một lớp rau diếp thái nhỏ ngay trước khi phục vụ.

g) Kết hợp hành tây, ớt xanh và đỏ, rau mùi tây, dầu và giấm trong một món trộn.

h) Muối và sốt tiêu đỏ để nếm thử. Đổ hỗn hợp vào nửa vỏ hến.

3. ớt nhồi gạo

Khẩu phần: 4

Thành phần:

- 1 lb 2 oz. Gạo Tây Ban Nha hạt ngắn, chẳng hạn như Bomba hoặc Calasparra
- 2-3 muỗng canh dầu ô liu
- 4 quả ớt đỏ lớn
- 1 quả ớt đỏ nhỏ, xắt nhỏ
- 1/2 củ hành tây, xắt nhỏ
- 1/2 quả cà chua, gọt vỏ và thái nhỏ
- 5 oz. thịt lợn băm/xắt nhỏ hoặc 3 oz. cá tuyết muối
- Nghệ tây
- Măng tây tươi
- Muối ăn

Hướng:

a) Cạo sạch lớp màng bên trong bằng thìa cà phê sau khi cắt bỏ phần cuống của ớt và để dành làm nắp đậy để sau này lắp lại.

b) Đun nóng dầu và xào nhẹ ớt đỏ cho đến khi mềm.

c) Xào hành tây cho đến khi mềm, sau đó cho thịt vào và rán vàng nhẹ, thêm cà chua sau vài phút, sau đó thêm hạt tiêu đã nấu chín, gạo sống, nghệ tây và rau mùi tây. Nêm muối cho vừa ăn.

d) Cẩn thận đổ đầy ớt và đặt chúng trên các mặt của chúng trên đĩa chịu nhiệt, cẩn thận không làm đổ đầy.

e) Nấu món ăn trong lò nóng khoảng 1 tiếng rưỡi, đậy nắp.

f) Cơm được nấu trong dịch cà chua và hạt tiêu.

4. Mực với hương thảo và dầu ớt

Khẩu phần: 4

Thành phần:

- Dầu ôliu siêu nguyên chất
- 1 bó hương thảo tươi
- 2 quả ớt đỏ nguyên quả, bỏ hạt và thái nhỏ 150ml kem đơn
- 3 lòng đỏ trứng
- 2 muỗng canh phô mai Parmesan nạo
- 2 muỗng canh bột mì
- Muối và hạt tiêu đen tươi
- 1 tép tỏi, bóc vỏ và nghiền nát
- 1 muỗng cà phê oregano khô
- Dầu thực vật để chiên ngập dầu
- 6 Mực ống làm sạch, cắt khoanh
- Muối ăn

Hướng:

a) Để làm nước xốt, đun nóng dầu ô liu trong một cái chảo nhỏ rồi cho hương thảo và ớt vào khuấy đều. Loại bỏ khỏi phương trình.

b) Trong một bát trộn lớn, đánh đều kem, lòng đỏ trứng, phô mai parmesan, bột mì, tỏi và lá oregano. Trộn cho đến khi bột mịn. Nêm hạt tiêu đen mới xay.

c) Làm nóng dầu ở nhiệt độ 200°C để chiên ngập dầu hoặc cho đến khi một khối bánh mì chín vàng trong 30 giây.

d) Lần lượt nhúng các khoanh mực vào bột và cẩn thận đặt chúng vào dầu. Nấu cho đến khi vàng nâu, khoảng 2-3 phút.

e) Để ráo nước trên giấy ăn và dùng ngay với nước sốt rưới lên trên. Nếu cần, nêm muối.

5. Salad Tortellini

Khẩu phần: 8

Thành phần:

- 1 gói tortellini phô mai ba màu
- ½ chén pepperoni thái hạt lựu
- ¼ chén hành lá thái lát
- 1 ớt chuông xanh thái hạt lựu
- 1 chén cà chua bi cắt đôi
- 1¼ chén ô liu Kalamata thái lát
- ¾ chén trái tim atisô ướp xắt nhỏ 6 oz. phô mai mozzarella thái hạt lựu 1/3 chén sốt Ý

Hướng:

a) Nấu tortellini theo Hướng dẫn trên bao bì, sau đó để ráo nước.

b) Cho bánh tortellini cùng với các Thành phần còn lại, không bao gồm nước sốt, vào một bát trộn lớn.

c) Rưới nước sốt lên trên.

d) Đặt sang một bên trong 2 giờ để thư giãn.

6. Salad mì ống Caprese

Khẩu phần: 8

Thành phần:

- 2 chén mì ống nấu chín
- 1 chén sốt xì dầu
- 2 quả cà chua xắt nhỏ
- 1 chén phô mai mozzarella thái hạt lựu
- Muối và hạt tiêu cho vừa ăn
- 1/8 muỗng cà phê oregano
- 2 muỗng cà phê giấm rượu vang đỏ

Hướng:

a) Nấu mì ống theo Hướng dẫn trên bao bì, sẽ mất khoảng 12 phút. Làm khô hạn.

b) Trong một bát trộn lớn, trộn mì ống, sốt pesto, cà chua và pho mát; nêm muối, tiêu và oregano.

c) Rưới giấm rượu vang đỏ lên trên.

d) Đặt sang một bên trong 1 giờ trong tủ lạnh.

7. Bruschetta balsamic

Khẩu phần: 8

Thành phần:

- 1 cốc cà chua Roma bỏ hạt và thái hạt lựu
- ¼ chén húng quế xắt nhỏ
- ½ chén phô mai pecorino bào nhỏ
- 1 tép tỏi băm nhỏ
- 1 muỗng canh giấm balsamic
- 1 muỗng cà phê dầu ô liu
- Muối và hạt tiêu để nếm thử - cẩn thận, vì bản thân phô mai hơi mặn.
- 1 ổ bánh mì Pháp cắt lát
- 3 muỗng canh dầu ô liu
- ¼ muỗng cà phê bột tỏi
- ¼ muỗng cà phê húng quế

Hướng:

a) Trong một món trộn, kết hợp cà chua, húng quế, phô mai pecorino và tỏi.

b) Trong một bát trộn nhỏ, trộn đều giấm và 1 thìa dầu ô liu; để qua một bên. c) Rưới dầu ô liu, bột tỏi và húng quế lên các lát bánh mì.

c) Đặt trên chảo nướng và nướng trong 5 phút ở 350 độ.

d) Lấy ra khỏi lò. Sau đó cho hỗn hợp cà chua và phô mai lên trên.

e) Nếu cần, nêm muối và hạt tiêu.

f) Phục vụ ngay.

8. bánh pizza viên

Khẩu phần: 10

Thành phần:

- 1 lb. xúc xích xay vụn
- 2 chén hỗn hợp Bisquick
- 1 củ hành tây xắt nhỏ
- 3 tép tỏi băm nhỏ
- $\frac{3}{4}$ muỗng cà phê gia vị Ý
- 2 chén phô mai mozzarella bào nhỏ
- 1 $\frac{1}{2}$ chén nước sốt bánh pizza - chia
- $\frac{1}{4}$ chén phô mai parmesan

Hướng:

a) Làm nóng lò ở nhiệt độ 400 độ F.

b) Chuẩn bị một tấm nướng bằng cách xịt nó bằng bình xịt chống dính.

c) Trộn xúc xích, hỗn hợp Bisquick, hành tây, tỏi, gia vị Ý, phô mai mozzarella và 12 chén nước sốt bánh pizza với nhau trong một bát trộn.

d) Sau đó cho lượng nước vừa đủ vào là có thể dùng được.

e) Lăn bột thành quả bóng 1 inch.

f) Rưới phô mai parmesan lên các viên bánh pizza.

g) Sau đó, đặt các viên bột lên khay nướng mà bạn đã chuẩn bị sẵn.

h) Làm nóng lò ở 350 °F và nướng trong 20 phút.

i) Phục vụ với nước sốt bánh pizza còn lại ở bên cạnh để ngâm.

9. Tôm chiên giòn

Máy chủ 6

Thành phần:

- ½ pound tôm nhỏ, bóc vỏ
- 1½ chén đậu xanh hoặc bột mì thông thường
- 1 muỗng canh rau mùi tây tươi xắt nhỏ
- 3 cây hành lá, phần trắng và một ít ngọn xanh mềm, thái nhỏ
- ½ thìa cà phê ớt ngọt/pimenton
- Muối ăn
- Dầu ô liu để chiên ngập dầu

Hướng:

a) Nấu tôm trong nồi với lượng nước vừa đủ ngập tôm và đun sôi trên lửa lớn.

b) Trong một cái bát hoặc máy xay thực phẩm, kết hợp bột mì, rau mùi tây, hành lá và pimentón để tạo thành bột. Thêm nước nấu đã nguội và một chút muối.

c) Xay hoặc chế biến cho đến khi bạn có kết cấu dày hơn một chút so với bột bánh pancake. Làm lạnh trong 1 giờ sau khi đậy nắp.

d) Lấy tôm ra khỏi tủ lạnh và băm nhuyễn. Cà phê xay nên có kích thước bằng miếng.

e) Lấy bột ra khỏi tủ lạnh và khuấy đều tôm.

f) Trong một cái chảo nặng, đổ dầu ô liu vào sâu khoảng 1 inch và đun nóng trên lửa lớn cho đến khi nó thực sự bốc khói.

g) Đối với mỗi lần rán, đổ 1 thìa canh bột vào dầu và dùng thìa làm phẳng bột thành hình tròn có đường kính 3 1/2 inch.

h) Chiên khoảng 1 phút mỗi bên, xoay một lần hoặc cho đến khi bánh rán vàng và giòn.

i) Lấy các miếng rán ra bằng thìa có rãnh và đặt chúng lên đĩa chịu nhiệt.

j) Phục vụ ngay.

10. Cà chua nhồi

Thành phần:

- 8 quả cà chua nhỏ, hoặc 3 quả lớn
- 4 quả trứng luộc chín, để nguội và bóc vỏ
- 6 muỗng canh Aioli hoặc sốt mayonnaise
- Muối và tiêu
- 1 muỗng canh rau mùi tây, xắt nhỏ
- 1 muỗng canh vụn bánh mì trắng, nếu dùng cà chua lớn

Hướng:

a) Ngâm cà chua vào chậu nước đá hoặc cực lạnh sau khi lột vỏ trong chảo nước sôi trong 10 giây.

b) Cắt bỏ ngọn cà chua. Dùng muỗng cà phê hoặc một con dao nhỏ, sắc, cạo bỏ hạt và phần bên trong.

c) Nghiền trứng với Aioli (hoặc sốt mayonnaise, nếu dùng), muối, hạt tiêu và rau mùi tây trong một bát trộn.

d) Nhồi nhân cà chua vào, ấn chặt xuống. Đậy nắp ở một góc vui nhộn trên những quả cà chua nhỏ.

e) Cho cà chua lên trên cùng, ấn mạnh cho đến khi bằng phẳng. Làm lạnh trong 1 giờ trước khi cắt thành các vòng bằng dao khắc sắc.

f) Trang trí với mùi tây.

11. Cá tuyết rán muối với Aioli

Máy chủ 6

Thành phần:

- 1 lb. cá tuyết muối, ngâm
- 3 1/2 oz. vụn bánh mì trắng khô
- 1/4 lb khoai tây bột
- Dầu ô liu, để chiên nông
- 1/4 cốc sữa
- Nêm chanh và lá xà lách, để phục vụ
- 6 củ hành tây thái nhỏ
- Bơ

Hướng:

a) Trong chảo nước sôi có pha chút muối, nấu khoai tây chưa gọt vỏ trong khoảng 20 phút hoặc cho đến khi mềm. Làm khô hạn.

b) Gọt vỏ khoai tây ngay khi chúng đủ lạnh để cầm, sau đó nghiền nhuyễn bằng nĩa hoặc máy nghiền khoai tây.

c) Trong một cái chảo, kết hợp sữa và một nửa số hành lá rồi đun nhỏ lửa. Thêm cá tuyết ngâm và luộc trong 10-15 phút hoặc cho đến khi cá dễ dàng bong ra. Lấy cá tuyết ra khỏi chảo và vẩy cá vào bát bằng nĩa, loại bỏ xương và da.

d) Cho 4 thìa khoai tây nghiền với cá tuyết vào và dùng thìa gỗ trộn đều.

e) Cho dầu ô liu vào, sau đó cho dần phần khoai tây nghiền còn lại vào. Kết hợp hành lá và rau mùi tây còn lại trong một bát trộn.

f) Để nếm thử, nêm với nước cốt chanh và hạt tiêu.

g) Trong một bát riêng, đánh một quả trứng cho đến khi trộn đều, sau đó làm lạnh cho đến khi đặc lại.

h) Vo hỗn hợp cá đã ướp lạnh thành 12-18 viên bột, sau đó ấn dẹt nhẹ nhàng thành những chiếc bánh tròn nhỏ.

i) Mỗi chiếc nên được rắc bột trước, sau đó nhúng vào phần trứng đánh còn lại và hoàn thành với vụn bánh mì khô.

j) Làm lạnh cho đến khi sẵn sàng để chiên.

k) Trong một cái chảo lớn, nặng, đun nóng dầu khoảng 3/4 inch. Nấu các món rán trong khoảng 4 phút ở nhiệt độ trung bình cao.

l) Lật chúng lại và nấu thêm 4 phút nữa hoặc cho đến khi giòn và vàng ở mặt còn lại.

m) Để ráo nước trên khăn giấy trước khi dùng với Aioli, chanh và lá salad.

12. bánh mì tôm

Làm cho khoảng 36 đơn vị

Thành phần:

- 3 1/2 oz. bơ
- 4 oz. bột mì
- 1 1/4 panh sữa lạnh
- Muối và tiêu
- 14 oz. tôm luộc chín bóc vỏ, thái hạt lựu
- 2 muỗng cà phê nước ép cà chua
- 5 hoặc 6 muỗng canh vụn bánh mì mịn
- 2 quả trứng lớn, bị đánh đập
- Dầu ô liu để chiên ngập dầu

Hướng:

a) Trong một cái chảo vừa, làm tan chảy bơ và thêm bột mì, khuấy liên tục.

b) Rưới từ từ sữa đã ướp lạnh vào, khuấy liên tục cho đến khi bạn có một loại nước sốt đặc, sánh mịn.

c) Cho tôm vào, nêm thêm muối và hạt tiêu, sau đó cho bột cà chua vào đánh đều. Nấu thêm 7 đến 8 phút nữa.

d) Lấy một thìa nhỏ Nguyên liệu và cuộn nó thành một chiếc bánh hình trụ có đường kính 1 1/2 - 2 inch.

e) Lăn croquets trong vụn bánh mì, sau đó trong trứng đã đánh và cuối cùng trong vụn bánh mì.

f) Trong một chảo lớn, có đáy nặng, đun nóng dầu để chiên ngập dầu cho đến khi đạt đến nhiệt độ 350°F hoặc khối bánh mì chuyển sang màu nâu vàng trong 20-30 giây.

g) Chiên khoảng 5 phút theo mẻ không quá 3 hoặc 4 cho đến khi có màu vàng nâu.

h) Dùng muỗng có rãnh, vớt gà ra, để ráo trên giấy thấm và dùng ngay.

13. Khoai tây chiên giòn

Máy chủ 4

Thành phần:

- 3 muỗng canh dầu ô liu
- 4 Khoai tây, gọt vỏ và cắt khối
- 2 muỗng canh hành băm
- 2 tép tỏi, băm nhỏ
- Muối và hạt tiêu đen mới xay
- 1 1/2 muỗng canh ớt bột Tây Ban Nha
- 1/4 muỗng cà phê Sốt Tabasco
- 1/4 muỗng cà phê cỏ xạ hương
- 1/2 cốc sốt cà chua
- 1/2 chén sốt mayonaise
- Rau mùi tây xắt nhỏ, để trang trí
- 1 chén dầu ô liu, để chiên

Hướng:

Nước sốt brava:

a) Đun nóng 3 muỗng canh dầu ô liu trong chảo trên lửa vừa. Xào hành và tỏi cho đến khi hành mềm.

b) Lấy chảo ra khỏi bếp và cho ớt bột, sốt Tabasco và cỏ xạ hương vào.

c) Trong một bát trộn, kết hợp sốt cà chua và sốt mayonnaise.

d) Để nếm thử, nêm muối và hạt tiêu. Loại bỏ khỏi phương trình.

Những củ khoai tây:

e) Nêm nhẹ khoai tây với muối và hạt tiêu đen.

f) Chiên khoai tây trong 1 cốc (8 fl. oz.) dầu ô liu trong chảo lớn cho đến khi chín vàng và chín đều, thỉnh thoảng đảo khoai.

g) Để ráo khoai tây trên khăn giấy, nếm thử và nêm thêm muối nếu cần.

h) Để giữ cho khoai tây giòn, hãy kết hợp chúng với nước sốt ngay trước khi ăn.

i) Phục vụ ấm áp, trang trí với rau mùi tây xắt nhỏ.

14. Cắn sò điệp và prosciutto

Khẩu phần: 8

Thành phần:

- ½ chén prosciutto thái lát mỏng
- 3 muỗng canh pho mát kem
- 1 lb sò điệp
- 3 muỗng canh dầu ô liu
- 3 tép tỏi băm nhỏ
- 3 muỗng canh Phô mai Parmesan
- Muối và hạt tiêu để nếm – cẩn thận, vì prosciutto sẽ mặn

Hướng:

a) Phết một lớp pho mát kem nhỏ lên từng lát prosciutto.

b) Tiếp theo, quấn một lát prosciutto quanh mỗi con sò và cố định bằng tăm.

c) Trong một cái chảo, làm nóng dầu ô liu.

d) Nấu tỏi trong 2 phút trong chảo.

e) Thêm sò điệp bọc trong giấy bạc và nấu trong 2 phút cho mỗi bên.

f) Phết phô mai Parmesan lên trên.

g) Thêm muối và hạt tiêu để nếm nếu muốn.

h) Vắt chất lỏng dư thừa bằng khăn giấy.

15. Cà tím với mật ong

Khẩu phần: 2

Thành phần:

- 3 muỗng canh mật ong
- 3 quả cà tím
- 2 ly Sữa
- 1 muỗng canh muối
- 1 muỗng canh tiêu
- 100g bột năng
- 4 muỗng canh Dầu ô liu

Hướng:

a) Thái mỏng cà tím.

b) Trong một món ăn trộn, kết hợp cà tím. Đổ đủ sữa vào chậu để phủ hoàn toàn cà tím. Nêm một chút muối.

c) Để ít nhất một giờ để ngâm.

d) Lấy cà tím ra khỏi sữa và đặt chúng sang một bên. Sử dụng bột mì, áo từng lát. Áo trong một hỗn hợp muối và hạt tiêu.

e) Trong chảo, đun nóng dầu ô liu. Chiên giòn các lát cà tím ở 180 độ C.

f) Đặt cà tím chiên trên khăn giấy để hấp thụ dầu thừa.

g) Rưới cà tím với mật ong.

h) Phục vụ.

16. Xúc xích nấu rượu táo

Khẩu phần: 3

Thành phần:

- 2 cốc rượu táo
- 8 xúc xích chorizo
- 1 muỗng canh dầu ô liu

Hướng:

a) Cắt chorizo thành lát mỏng.

b) Trong chảo, đun nóng dầu. Làm nóng lò ở mức trung bình.

c) Quăng trong chorizo. Chiên cho đến khi thực phẩm đổi màu.

d) Đổ rượu táo vào. Nấu trong 10 phút, hoặc cho đến khi nước sốt hơi đặc lại.

e) Bánh mì nên được phục vụ với món ăn này.

f) Vui thích!!!

17. Bánh ngọt gà kiểu Ý

Khẩu phần: 8 gói

Nguyên liệu

- 1 lon Chả Liềm (8 cuộn)
- 1 chén thịt gà xắt nhỏ, nấu chín
- 1 muỗng canh nước sốt Spaghetti
- ½ muỗng cà phê tỏi băm
- 1 muỗng canh phô mai Mozzarella

Hướng:

a) Làm nóng lò ở nhiệt độ 350 độ F. Kết hợp thịt gà, nước sốt và tỏi trong chảo và nấu cho đến khi nóng lên.

b) Hình tam giác làm từ các cuộn lưỡi liềm riêng biệt. Phân phối hỗn hợp thịt gà ở trung tâm của mỗi hình tam giác.

c) Nếu muốn, phân phối phô mai theo cách tương tự.

d) Chụm các mặt của cuộn lại với nhau và quấn quanh con gà.

e) Trên đá nướng, nướng trong 15 phút hoặc cho đến khi vàng.

18. Thịt bò kebab Tây Ban Nha

Khẩu phần: 4 khẩu phần

Nguyên liệu

- ½ chén nước cam
- ¼ chén nước ép cà chua
- 2 muỗng cà phê dầu ô liu
- 1½ muỗng cà phê nước cốt chanh
- 1 muỗng cà phê Oregano, khô
- ½ thìa ớt bột
- ½ muỗng cà phê thì là, xay
- ¼ muỗng cà phê muối
- ¼ muỗng cà phê tiêu đen
- 10 ounce Thị t bò nạc không xương; cắt thành 2 "khối
- 1 củ hành đỏ vừa; cắt thành 8 nêm
- 8 quả mỗi quả cà chua bi

Hướng:

a) Để làm nước xốt, kết hợp nước cam và cà chua, dầu, nước cốt chanh, lá oregano, ớt bột, thì là, muối và hạt tiêu trong một túi nhựa có thể bị t kín cỡ gallon.

b) Thêm các khối thị t; niêm phong túi, ép không khí ra ngoài; quay để phủ thị t bò.

c) Làm lạnh ít nhất 2 giờ hoặc qua đêm, thỉnh thoảng quăng túi xung quanh. Dùng bình xịt nấu ăn chống dính, phủ lên giá nướng.

d) Đặt giá nướng cách than 5 inch. Làm theo hướng dẫn của nhà sản xuất để nướng.

e) Để ráo bít tết và để nước xốt sang một bên.

f) Sử dụng 4 xiên bằng kim loại hoặc bằng tre đã ngâm, xiên thịt bò, hành tây và cà chua với số lượng bằng nhau.

g) Nướng thịt nướng trong 15-20 phút, hoặc cho đến khi hoàn thành theo ý thích của bạn, thường xuyên xoay và phết nước xốt dành riêng.

19. Hỗn hợp bỏng ngô kiểu Ý giòn

Khẩu phần: 10 khẩu phần

Nguyên liệu

- 10 cốc Bắp rang; 3,5 oz., túi lò vi sóng là lượng này
- 3 cốc snack ngô hình con bọ
- ¼ chén Margarine hoặc bơ
- 1 muỗng cà phê gia vị Ý
- ½ muỗng cà phê bột tỏi
- ⅓ chén phô mai Parmesan

Hướng:

a) Trong một bát lớn dùng được trong lò vi sóng, trộn bỏng ngô và snack ngô. Trong một biện pháp an toàn vi mô 1 cốc, kết hợp các Thành phần còn lại, ngoại trừ pho mát.

b) Lò vi sóng trong 1 phút ở mức CAO hoặc cho đến khi bơ thực vật tan chảy; khuấy đều. Đổ hỗn hợp bỏng ngô lên trên.

c) Quăng cho đến khi mọi thứ đều được phủ đều. Lò vi sóng, không đậy nắp, trong 2-4 phút, cho đến khi nướng, khuấy mỗi phút. Phô mai Parmesan nên được rắc lên trên.

d) Phục vụ nóng.

20. quả bóng aracini

làm cho 18

Thành phần

- 2 muỗng canh dầu ô liu
- 15g bơ lạt
- 1 củ hành tây, thái nhỏ
- 1 tép tỏi lớn, nghiền nát
- 350g cơm risotto
- 150ml rượu trắng khô
- 1,2l nước dùng gà hoặc rau nóng
- 150g phô mai parmesan, bào mịn
- 1 quả chanh, thái nhỏ
- 150g mozzarella viên, cắt thành 18 miếng nhỏ
- dầu thực vật, để chiên ngập dầu

Đối với lớp phủ

- 150g bột mì
- 3 quả trứng lớn, đánh nhẹ
- 150g vụn bánh mì khô mịn

Hướng:

a) Trong một cái chảo, đun nóng dầu và bơ cho đến khi sủi bọt. Thêm hành tây và một chút muối và nấu trong 15 phút, hoặc cho đến khi mềm và trong, trên lửa nhỏ.

b) Nấu thêm một phút sau khi thêm tỏi.

c) Thêm gạo và đun nhỏ lửa trong một phút nữa trước khi thêm rượu. Đun sôi chất lỏng và nấu cho đến khi nó giảm đi một nửa.

d) Đổ vào một nửa lượng nước dùng và tiếp tục trộn cho đến khi hầu hết chất lỏng được hấp thụ.

e) Khi gạo hấp thụ chất lỏng, thêm từng muôi nước dùng còn lại vào, khuấy liên tục cho đến khi gạo chín.

f) Thêm parmesan và vỏ chanh và nêm muối và hạt tiêu cho vừa ăn. Đặt risotto vào khay có nắp đậy và đặt sang một bên để nguội đến nhiệt độ phòng.

g) Chia risotto ướp lạnh thành 18 phần bằng nhau, mỗi phần có kích thước bằng một quả bóng gôn.

h) Trong lòng bàn tay của bạn, làm phẳng một quả bóng risotto và đặt một miếng phô mai mozzarella vào giữa, sau đó bọc phô mai trong cơm và tạo thành một quả bóng.

i) Tiếp tục với các quả bóng risotto còn lại theo cách tương tự.

j) Trong ba đĩa cạn, kết hợp bột mì, trứng và vụn bánh mì. Mỗi quả bóng risotto nên được rắc bột trước, sau đó nhúng vào trứng và cuối cùng là vụn bánh mì. Cho ra đĩa và cất đi.

k) Đổ đầy nửa chảo lớn, đáy nặng bằng dầu thực vật và đun nóng trên lửa vừa-thấp cho đến khi nhiệt kế nấu ăn đọc được 170°C hoặc một miếng bánh mì chuyển sang màu nâu vàng trong 45 giây.

l) Cho từng mẻ, thả các viên cơm risotto vào dầu và chiên trong 8-10 phút hoặc cho đến khi có màu vàng nâu và tan chảy ở giữa.

m) Đặt lên khay có lót khăn bếp sạch và đặt sang một bên.

n) Phục vụ arancini ấm hoặc với nước sốt cà chua đơn giản để nhúng chúng vào.

21. Manchego với Orange Preserve

Thành phần

Làm được khoảng 4 cốc

- 1 đầu tỏi
- 1 1/2 chén dầu ô liu, cộng thêm cho mưa phùn
- Muối kosher
- 1 Seville hoặc cam rốn
- 1/4 chén đường
- 1 pound phô mai Manchego non, cắt thành miếng 3/4 inch
- 1 muỗng canh hương thảo thái nhỏ
- 1 muỗng canh cỏ xạ hương thái nhỏ
- bánh mì nướng

Hướng:

a) Làm nóng lò ở nhiệt độ 350 độ F. một phần tư inch "Lấy phần trên của củ tỏi ra và đặt nó lên một tờ giấy bạc. Nêm muối và rưới dầu.

b) Bọc chắc chắn trong giấy bạc và nướng trong 35-40 phút hoặc cho đến khi vỏ có màu vàng nâu và đinh hương mềm. Để nguội. Vắt tép vào một cái chậu trộn lớn.

c) Đồng thời, cắt 1/4 "Loại bỏ phần trên và phần dưới của quả cam và bổ đôi theo chiều dọc. Loại bỏ phần thịt của mỗi phần tư vỏ thành một miếng, không bao gồm cùi trắng (tiết kiệm vỏ).

d) Để riêng nước ép từ thịt trong một cái chậu nhỏ.

e) Cắt vỏ thành từng miếng 1/4 inch và đặt vào một cái chảo nhỏ với lượng nước lạnh đủ ngập 1 inch. Đun sôi, sau đó để ráo nước; làm điều này hai lần nữa để loại bỏ vị đắng.

f) Trong một cái chảo, kết hợp vỏ cam, đường, nước cam để dành và 1/2 cốc nước.

g) Đun sôi; giảm nhiệt xuống thấp và đun nhỏ lửa, khuấy thường xuyên trong 20-30 phút hoặc cho đến khi vỏ mềm và chất lỏng giống như xi-rô. Để mứt cam nguội.

h) Quăng cùng mứt cam, Manchego, hương thảo, cỏ xạ hương và 1 1/2 chén dầu còn lại vào bát cùng với tỏi. Làm lạnh ít nhất 12 giờ sau khi đậy nắp.

i) Trước khi dùng với bánh mì nướng, hãy để Manchego đã ướp ở nhiệt độ phòng.

22. Nachos Ý

Khẩu phần: 1

Thành phần

Alfredo Sauce

- 1 cốc ruỡi
- 1 cốc kem đặc
- 2 muỗng canh bơ không ướp muối
- 2 tép tỏi băm
- 1/2 cốc Parmesan
- Muối và tiêu
- 2 muỗng canh bột mì

Bánh Nachos

- Hoành thánh gói cắt miếng tam giác
- 1 Gà nấu chín và xé nhỏ
- ớt xào
- Phô mai mozzarella
- Quả ô liu
- rau mùi tây xắt nhỏ
- Parmesan cheese
- Dầu để chiên đậu phộng hoặc cải dầu

Hướng:

a) Thêm bơ không ướp muối vào chảo nước sốt và đun chảy trên lửa vừa.

b) Khuấy tỏi cho đến khi tất cả bơ tan chảy.

c) Thêm bột nhanh chóng và đánh liên tục cho đến khi bột kết lại với nhau và có màu vàng.

d) Trong một bát trộn, kết hợp kem nặng và nửa rưỡi.

e) Đun sôi, sau đó giảm xuống lửa nhỏ và nấu trong 8-10 phút hoặc cho đến khi đặc lại.

f) Nêm với muối và hạt tiêu.

g) Hoành thánh: Đun nóng dầu trong chảo lớn trên lửa vừa, cao khoảng 1/3.

h) Cho từng miếng hoành thánh vào và đun cho đến khi mặt dưới hơi vàng, sau đó lật và nấu mặt còn lại.

i) Đặt một chiếc khăn giấy trên cống.

j) Làm nóng lò ở nhiệt độ 350°F và lót một tấm nướng bằng giấy da, tiếp theo là hoành thánh.

k) Thêm sốt Alfredo, thịt gà, ớt và phô mai mozzarella lên trên.

l) Đặt bên dưới vỉ nướng trong lò nướng của bạn trong 5-8 phút hoặc cho đến khi phô mai tan chảy hoàn toàn.

m) Lấy ra khỏi lò và rắc ô liu, parmesan và mùi tây lên trên.

23. Pintxo gà

Khẩu phần 8

Thành phần

- 1,8 pound đùi gà không da, không xương cắt thành miếng 1 inch
- 1 muỗng canh ớt bột hun khói Tây Ban Nha
- 1 muỗng cà phê oregano khô
- 2 muỗng cà phê thì là
- 3/4 muỗng cà phê muối biển
- 3 tép tỏi băm
- 3 muỗng canh rau mùi tây băm nhỏ
- 1/4 chén dầu ô liu nguyên chất
- Sốt Chimichurri đỏ

Hướng:

a) Trong một cái bát trộn lớn, kết hợp tất cả các Thành phần và trộn kỹ để phủ các miếng thịt gà. Để ướp qua đêm trong tủ lạnh.

b) Ngâm xiên tre trong nước 30 phút. Dùng xiên, xiên từng miếng thịt gà.

c) Nướng trong 8-10 phút, hoặc cho đến khi chín kỹ.

24. Gói thịt bò Ý

PHỤC VỤ 4

Thành phần

- 1 muỗng cà phê dầu ô liu
- 1/2 chén ớt chuông xanh, cắt thành dải
- 1/2 chén hành tây, cắt thành dải
- 1/2 hạt tiêu, thái lát mỏng
- 1/2 muỗng cà phê gia vị Ý
- 8 lát Bò Ý Deli, dày 1/8"
- Que phô mai 8 chuỗi

Hướng

a) Trong một chảo vừa, đun nóng dầu trên lửa vừa. Kết hợp dầu ô liu và bốn thành phần sau đây trong một bát trộn. Nấu trong 3-4 phút, hoặc cho đến khi mềm giòn.

b) Cho hỗn hợp ra đĩa và để nguội trong 15 phút.

c) Cách kết hợp: Trên thớt, đặt bốn lát thịt bò Ý phẳng. Đặt 1 que phô mai vào giữa từng miếng thịt, theo chiều ngang.

d) Cho một phần hỗn hợp tiêu và hành phi lên trên. Gấp một mặt của lát thịt bò lên hỗn hợp phô mai và rau củ, sau đó gói lại, khâu mặt này xuống dưới.

e) Lắp ráp các cuộn lên trên một đĩa phục vụ.

25. Cuộn Pepperoni kiểu Ý

Khẩu phần 35

Thành phần

- 5 bánh bột mì 10 inch (rau bina phơi khô cà chua hoặc bột mì trắng)
- 16 ounce pho mát kem mềm
- 2 muỗng cà phê tỏi băm
- 1/2 chén kem chua
- 1/2 chén phô mai Parmesan
- 1/2 chén phô mai vụn Ý hoặc phô mai mozzarella
- 2 muỗng cà phê gia vị Ý
- 16 ounces pepperoni lát
- 3/4 chén ớt vàng và cam thái nhỏ
- 1/2 chén nấm tươi thái nhỏ

Hướng:

a) Trong một cái bát trộn, đánh kem phô mai cho đến khi mịn. Kết hợp tỏi, kem chua, pho mát và gia vị Ý trong một bát trộn. Trộn cho đến khi mọi thứ được trộn đều.

b) Trải đều hỗn hợp trong số 5 bánh bột. Phủ toàn bộ bánh tortilla bằng hỗn hợp phô mai.

c) Đặt một lớp xúc xích lên trên hỗn hợp phô mai.

d) Xếp chồng xúc xích với ớt và nấm thái lát thô.

e) Cuộn chặt từng chiếc bánh tortilla và bọc trong bọc nhựa.

f) Đặt ít nhất 2 giờ trong tủ lạnh.

26. Gạo Ý Tây Ban Nha

Khẩu phần: 6

Thành phần:

- 1- 28 ounce cà chua Ý thái hạt lựu hoặc nghiền nát
- 3 chén gạo trắng hạt dài hấp chín để đóng gói
- 3 muỗng canh canola hoặc dầu thực vật
- 1 quả ớt chuông thái lát và làm sạch
- 2 tép tỏi tươi băm nhỏ
- 1/2 chén rượu vang đỏ hoặc rau hoặc nước dùng
- 2 muỗng canh mùi tây tươi xắt nhỏ
- 1/2 muỗng cà phê oregano khô và húng quế khô
- muối, hạt tiêu, cayenne để hương vị
- Trang trí: Phô mai trộn Parmesan và Romano nạo
- Ngoài ra, bạn có thể thêm bất kỳ thức ăn thừa nào đã nấu chín mà không có xương: bít tết cắt khối, sườn heo cắt khối, gà cắt khối hoặc thử dùng thịt viên nghiền hoặc xúc xích Ý thái lát.
- Các loại rau tùy chọn: bí xanh cắt khối, nấm thái lát, cà rốt bào sợi, đậu Hà Lan hoặc bất kỳ loại rau nào bạn thích.

Hướng:

a) Thêm dầu ô liu, ớt và tỏi vào chảo lớn và nấu trong 1 phút.

b) Thêm cà chua thái hạt lựu hoặc nghiền nát, rượu vang và các Thành phần còn lại vào chảo.

c) Đun nhỏ lửa trong 35 phút hoặc lâu hơn nếu bạn thêm nhiều rau.

d) Nếu sử dụng, thêm bất kỳ loại thịt đã chuẩn bị nào và đun nóng trong nước sốt khoảng 5 phút trước khi cho cơm trắng đã nấu chín vào.

e) Ngoài ra, nếu dùng thì thịt đã chín và chỉ cần hâm nóng trong nước sốt.

f) Để phục vụ, múc nước sốt ra đĩa với cơm trộn và rắc phô mai bào nhỏ và mùi tây tươi lên trên.

27. Paella xoắn kiểu Ý

Máy chủ 4

Thành phần

- 2 chân gà, da, nâu
- 2 đùi gà, da, nâu
- 3 miếng xúc xích Ý lớn, có màu nâu sau đó cắt thành miếng 1 inch
- 1 quả ớt đỏ và vàng, cắt thành dải và rang trước
- 1 bó cải xanh non, luộc trước
- $1\frac{1}{2}$ chén gạo, loại hạt ngắn như carnaroli hoặc arborio
- 4 chén nước dùng gà, hâm nóng
- 1 chén ớt đỏ nướng xay nhuyễn
- $\frac{1}{4}$ chén rượu trắng khô
- 1 củ hành vừa, thái hạt lựu lớn
- 4 tép tỏi lớn, cạo
- phô mai parmesan hoặc romano nghiền
- dầu ô liu

Hướng:

a) Bắt đầu bằng cách làm vàng các miếng thịt gà của bạn trong chảo paella, để có lớp vỏ đẹp ở cả hai mặt và gần như chín nhưng không chín hẳn, sau đó để sang một bên.

b) Lau sạch dầu thừa trên chảo, sau đó lau sạch dầu thừa khỏi các mắt xích xúc xích.

c) Trong một cái chảo lớn, rưới dầu ô liu, sau đó thêm tỏi và hành tây đã cạo của bạn, và xào cho đến khi mềm và vàng.

d) Thêm rượu và để nó sôi trong một phút.

e) Kết hợp tất cả cơm với một nửa số ớt đỏ xay nhuyễn, hoặc nhiều hơn một chút. Quăng cho đến khi phủ đều, sau đó ấn hỗn hợp gạo vào đáy chảo.

f) Thêm một ít phô mai bào, muối và hạt tiêu vào cơm.

g) Sắp xếp các miếng xúc xích, cùng với các miếng thịt gà, xung quanh chảo.

h) Sắp xếp các loại rau còn lại xung quanh thịt một cách sáng tạo.

i) Cẩn thận múc cả 4 cốc nước dùng ấm lên trên.

j) Dùng chổi quét bánh ngọt, phết thêm ớt đỏ xay nhuyễn lên trên thịt gà để có thêm hương vị, rắc thêm một chút lên khắp mặt nếu muốn.

k) Nấu trên lửa nhỏ, đậy kín bằng giấy bạc cho đến khi hơi ẩm bay hơi hết.

l) Làm nóng lò ở nhiệt độ 375°F và nướng chảo có đậy nắp trong 15-20 phút để đảm bảo thịt chín đều.

m) Tiếp tục nấu trên bếp cho đến khi gạo chín mềm.

n) Toàn bộ thời gian nên khoảng 45 phút.

o) Đặt nó sang một bên trong vài phút để làm mát.

p) Trang trí với húng quế tươi và rau mùi tây, xắt nhỏ.

28. salad khoai tây Tây Ban Nha

Máy chủ 4

Thành phần:

- 3 củ khoai tây vừa (16 oz.)
- 1 củ cà rốt lớn (3 oz.), thái hạt lựu
- 5 muỗng canh đậu xanh đã bóc vỏ
- 2/3 cốc (4 oz.) đậu xanh
- 1/2 củ hành vừa, xắt nhỏ
- 1 quả ớt chuông đỏ nhỏ, xắt nhỏ
- 4 ly cocktail dưa chuột, thái lát
- 2 muỗng canh nụ bạch hoa
- 12 quả ô liu nhồi cá cơm
- 1 quả trứng nấu chín, thái lát mỏng 2/3 cốc (5 fl. oz.) sốt mayonnaise
- 1 muỗng canh nước cốt chanh
- 1 muỗng cà phê mù tạt Dijon
- Hạt tiêu đen mới xay, để nếm mùi tây tươi xắt nhỏ, để trang trí

Hướng:

a) Nấu khoai tây và cà rốt trong nước muối nhẹ trong nồi. Đun sôi, sau đó giảm xuống lửa nhỏ và nấu cho đến khi gần mềm.

b) Thêm đậu Hà Lan và đậu và đun nhỏ lửa, thỉnh thoảng khuấy, cho đến khi tất cả các loại rau mềm. Vớt rau ra đĩa, bày ra đĩa.

c) Trong một bát trộn lớn, kết hợp hành tây, hạt tiêu, dưa chuột ri, nụ bạch hoa non, ô liu nhồi cá cơm và miếng trứng.

d) Kết hợp hoàn toàn sốt mayonnaise, nước cốt chanh và mù tạt trong một bát riêng. Đổ hỗn hợp này lên đĩa phục vụ và khuấy đều để phủ tất cả các Thành phần. Quăng với một chút muối và hạt tiêu.

e) Làm lạnh sau khi trang trí với rau mùi tây xắt nhỏ.

f) Để tăng hương vị của món salad, hãy để nó ở nhiệt độ phòng trong khoảng 1 giờ trước khi ăn.

29. Carbonara Tây Ban Nha

Phục vụ: 2-3

Thành phần

- 1 chorizo nhỏ thái hạt lựu
- 1 nhánh tỏi bằm nhuyễn
- 1 quả cà chua nhỏ thái hạt lựu
- 1 lon gabanzo
- gia vị khô: muối, mảnh Chile, oregano, hạt thì là, hoa hồi
- pimenton (ớt bột) cho trứng
- dầu ôliu siêu nguyên chất
- 2 quả trứng
- 4-6 oz. mỳ ống
- phô mai Ý chất lượng tốt

Hướng:

a) Trong một lượng nhỏ dầu ô liu, xào tỏi, cà chua và chorizo trong vài phút, sau đó thêm đậu và gia vị lỏng và khô. Đun sôi, sau đó giảm nhiệt xuống thấp cho đến khi chất lỏng giảm một nửa.

b) Trong lúc đó, đun sôi nước mì ống và chuẩn bị cho trứng vào chảo cùng với garbanzos và cho vào lò nướng đã được làm nóng trước. Để thêm hương vị Tây Ban Nha đó, tôi rắc chúng với hỗn hợp gia vị và ớt bột đã chuẩn bị sẵn.

c) Bây giờ là thời điểm lý tưởng để thêm mì ống vào nồi trong khi chảo đang ở trong lò và nước đang sôi. Cả hai nên sẵn sàng cùng một lúc.

30. Thịt viên sốt cà chua

Máy chủ 4

Thành phần:

- 2 muỗng canh dầu ô liu
- 8 oz. thịt bò xay
- 1 cốc (2 oz.) vụn bánh mì trắng tươi
- 2 muỗng canh phô mai Manchego hoặc Parmesan bào
- 1 muỗng canh bột cà chua
- 3 tép tỏi, thái nhỏ
- 2 củ hành lá, thái nhỏ
- 2 muỗng cà phê húng tây tươi xắt nhỏ
- 1/2 muỗng cà phê bột nghệ
- Muối và hạt tiêu cho vừa ăn
- 2 cốc (16 oz.) cà chua mận đóng hộp, xắt nhỏ
- 2 muỗng canh rượu vang đỏ
- 2 muỗng cà phê lá húng quế tươi xắt nhỏ
- 2 muỗng cà phê hương thảo tươi xắt nhỏ

Hướng:

a) Kết hợp thịt bò, vụn bánh mì, phô mai, bột cà chua, tỏi, hành lá, trứng, húng tây, nghệ, muối và hạt tiêu trong một bát trộn.

b) Dùng tay nặn hỗn hợp thành 12 đến 15 viên tròn.

c) Trong chảo, đun nóng dầu ô liu trên lửa vừa và cao. Nấu trong vài phút hoặc cho đến khi thịt viên chín vàng đều các mặt.

d) Trong một bát trộn lớn, kết hợp cà chua, rượu vang, húng quế và hương thảo. Nấu, thỉnh thoảng khuấy, trong khoảng 20 phút hoặc cho đến khi thịt viên chín.

e) Thêm muối và hạt tiêu, sau đó dùng kèm với rapini, mì spaghetti hoặc bánh mì đã chần.

31. Trắng súp đậu

Khẩu phần: 4

Thành phần:

- 1 củ hành tây xắt nhỏ
- 2 muỗng canh dầu ô liu
- 2 nhánh cần tây xắt nhỏ
- 3 tép tỏi băm nhỏ
- 4 chén đậu cannellini đóng hộp
- 4 chén nước dùng gà
- Muối và hạt tiêu cho vừa ăn
- 1 muỗng cà phê hương thảo tươi
- 1 chén bông cải xanh
- 1 muỗng canh dầu truffle
- 3 muỗng canh phô mai parmesan nạo

Hướng:

a) Trong một cái chảo lớn, đun nóng dầu.

b) Nấu cần tây và hành tây trong khoảng 5 phút trong chảo.

c) Thêm tỏi và khuấy để kết hợp. Nấu thêm 30 giây nữa.

d) Cho đậu, 2 chén nước dùng gà, hương thảo, muối và hạt tiêu, cũng như bông cải xanh vào.

e) Đun sôi chất lỏng và sau đó giảm nhiệt độ thấp trong 20 phút.

f) Xay súp bằng máy xay cầm tay cho đến khi đạt được độ mịn mong muốn.

g) Giảm nhiệt xuống thấp và rắc dầu truffle vào.

h) Múc súp ra đĩa và rắc phô mai Parmesan trước khi ăn.

32. cháo cá

Khẩu phần: 8

Thành phần:

- 32 oz. cà chua thái hạt lựu
- 2 muỗng canh dầu ô liu
- $\frac{1}{4}$ chén cần tây xắt nhỏ
- $\frac{1}{2}$ chén nước dùng cá
- $\frac{1}{2}$ chén rượu trắng
- 1 cốc nước ép cay V8
- 1 ớt chuông xanh xắt nhỏ
- 1 củ hành tây xắt nhỏ
- 4 tép tỏi băm nhỏ
- Muối tiêu cho vừa ăn
- 1 muỗng cà phê gia vị Ý
- 2 củ cà rốt gọt vỏ và thái lát
- 2 $\frac{1}{2}$ lb. cá rô phi cắt miếng
- $\frac{1}{2}$ lb. tôm bóc vỏ và rút chỉ

Hướng:

a) Trong nồi lớn của bạn, đun nóng dầu ô liu trước.

b) Nấu ớt chuông, hành tây và cần tây trong 5 phút trong chảo nóng.

c) Sau đó, thêm tỏi. Nấu trong 1 phút sau đó.

d) Trong một bát trộn lớn, kết hợp tất cả các Thành phần còn lại trừ hải sản.

e) Nấu món hầm trong 40 phút ở nhiệt độ thấp.

f) Thêm cá rô phi và tôm và khuấy để kết hợp.

g) Đun nhỏ lửa thêm 5 phút.

h) Nếm và điều chỉnh gia vị trước khi ăn.

33. Kem cam-chanh Tây Ban Nha

Khẩu phần: 1 Khẩu phần

Nguyên liệu

- $4\frac{1}{2}$ thìa cà phê gelatin nguyên chất
- $\frac{1}{2}$ chén nước cam
- $\frac{1}{4}$ chén nước cốt chanh
- 2 ly Sữa
- 3 quả trứng, tách ra
- ⅔ chén Đường
- Chút muối
- 1 muỗng canh Vỏ cam nạo

Hướng:

a) Trộn gelatine, nước cam và nước cốt chanh với nhau và để yên trong 5 phút.

b) Làm nóng sữa và đánh lòng đỏ, đường, muối và vỏ cam.

c) Nấu trong nồi hơi đôi cho đến khi nó phủ lên mặt sau của thìa (trên nước nóng, không phải nước sôi).

d) Sau đó, thêm hỗn hợp gelatine. Mát mẻ.

e) Thêm lòng trắng trứng đánh bông cứng vào hỗn hợp.

f) Làm lạnh cho đến khi thiết lập.

34. dua say

Khẩu phần: 4 đến 6 khẩu phần

Nguyên liệu

- Đối với món ăn Lựa chọn từ 3 đến 6 loại phô mai Tây Ban Nha khác nhau
- 1 chai rượu vang
- 1 quả dưa, bỏ đầu và bỏ hạt

Hướng:

a) Một đến ba ngày trước bữa ăn tối, đổ cảng vào dưa.

b) Làm lạnh trong tủ lạnh, bọc trong bọc nhựa và thay thế phần trên.

c) Lấy dưa ra khỏi tủ lạnh và loại bỏ màng bọc thực phẩm khi sẵn sàng phục vụ.

d) Tháo cổng ra khỏi dưa và đặt nó vào một cái bát.

e) Cắt dưa thành miếng sau khi loại bỏ vỏ. Đặt các miếng vào bốn đĩa ướp lạnh riêng biệt.

f) Phục vụ trên một món ăn phụ với pho mát.

35. Kem hạnh nhân

Khẩu phần: 1 khẩu phần

Nguyên liệu

- 1 chén hạnh nhân chần; nướng
- 2 chén nước suối
- ¾ cốc Đường
- 1 nhúm quế
- 6 muỗng canh Xi-rô ngô nhẹ
- 2 muỗng canh Amaretto
- 1 muỗng cà phê Vỏ chanh

Hướng:

a) Trong một bộ xử lý thực phẩm, xay hạnh nhân thành bột. Trong một cái chảo lớn, kết hợp nước, đường, xi-rô ngô, rượu, vỏ và quế, sau đó thêm các loại hạt xay.

b) Để lửa vừa, khuấy liên tục cho đến khi đường tan và hỗn hợp sôi. 2 phút đun sôi

c) Đặt sang một bên để làm mát Sử dụng máy làm kem, khuấy hỗn hợp cho đến khi nó gần đông lại.

d) Nếu bạn không có máy làm kem, hãy chuyển hỗn hợp vào tô thép không gỉ và làm đông lạnh cho đến khi cứng lại, khuấy đều sau mỗi 2 giờ.

36. Bánh táo Tây Ban Nha

Khẩu phần: 8 khẩu phần

Nguyên liệu

- ¼ cân Bơ
- ½ chén đường
- 1 lòng đỏ trứng gà
- 1½ chén bột rây
- 1 chút muối
- ⅛ muỗng cà phê Bột nở
- 1 cốc sữa
- ½ vỏ chanh
- 3 Lòng đỏ trứng
- ¼ chén đường
- ¼ chén bột mì
- 1½ muỗng canh Bơ
- ¼ chén đường
- 1 muỗng canh nước cốt chanh
- ½ muỗng cà phê quế
- 4 quả táo, gọt vỏ và thái lát
- Quả táo; quả mơ, hoặc bất kỳ loại thạch nào bạn chọn

Hướng:

a) Làm nóng lò ở 350 ° F. Kết hợp đường và bơ trong một bát trộn. Trộn các Thành phần còn lại với nhau cho đến khi tạo thành một quả bóng.

b) Lăn bột vào khuôn lò xo hoặc khuôn bánh. Giữ lạnh cho đến khi sẵn sàng để sử dụng.

c) Kết hợp nước cốt chanh, quế và đường trong một bát trộn. Quăng vào với những quả táo và ném vào áo khoác. Đây là một cái gì đó có thể được thực hiện trước thời hạn.

d) Thêm vỏ chanh vào sữa. Đun sôi sữa, sau đó giảm nhiệt độ thấp trong 10 phút. Trong khi đó, trong một chảo nước sốt nặng, đánh lòng đỏ trứng và đường với nhau.

e) Khi sữa đã sẵn sàng, đổ từ từ vào hỗn hợp lòng đỏ trong khi liên tục khuấy trên lửa nhỏ. Từ từ trộn bột trong khi đánh trên lửa nhỏ.

f) Tiếp tục đánh hỗn hợp cho đến khi mịn và dày. Lấy chảo ra khỏi bếp. Từ từ khuấy bơ cho đến khi nó tan chảy.

g) Đổ đầy lớp vỏ với mãng cầu. Để tạo một lớp đơn hoặc lớp kép, hãy đặt những quả táo lên trên. Đặt bánh vào lò nướng ở nhiệt độ 350°F trong khoảng 1 giờ sau khi nướng xong.

h) Loại bỏ và đặt sang một bên để làm mát. Khi táo đủ nguội để cầm, hãy làm ấm loại thạch bạn chọn và rưới lên trên.

i) Đặt thạch sang một bên để nguội. Phục vụ.

37. Bánh kem caramel

Khẩu phần: 1 Khẩu phần

Nguyên liệu

- ½ chén đường cát
- 1 muỗng cà phê nước
- 4 lòng đỏ trứng gà hoặc 3 quả trứng gà nguyên quả
- 2 cốc Sữa, đun sôi
- ½ muỗng cà phê chiết xuất vani

Hướng:

a) Trong một cái chảo lớn, kết hợp 6 muỗng canh đường và 1 cốc nước. Đun trên lửa nhỏ, thỉnh thoảng lắc hoặc khuấy bằng thìa gỗ để tránh bị cháy, cho đến khi đường chuyển sang màu vàng.

b) Đổ xi-rô caramel vào đĩa nướng nông (8x8 inch) hoặc đĩa bánh càng sớm càng tốt. Để nguội cho đến khi cứng.

c) Làm nóng lò ở nhiệt độ 325 độ F.

d) Đánh lòng đỏ trứng hoặc cả quả trứng với nhau. Trộn sữa, chiết xuất vani và đường còn lại cho đến khi kết hợp hoàn toàn.

e) Đổ caramel đã nguội lên trên.

f) Đặt đĩa nướng vào bồn nước nóng. Nướng trong 1-112 giờ, hoặc cho đến khi trung tâm được thiết lập. Mát, mát, mát.

g) Để phục vụ, hãy cẩn thận đảo ngược lên đĩa phục vụ.

38. bánh pho mát Tây Ban Nha

Khẩu phần: 10 khẩu phần

Nguyên liệu

- 1 pound kem phô mai
- 1½ cốc Đường; dạng hạt
- 2 quả trứng
- ½ muỗng cà phê quế; Đất
- 1 thìa cà phê vỏ chanh; Nạo
- ¼ chén bột mì chưa tẩy trắng
- ½ muỗng cà phê muối
- 1 x Đường bánh kẹo
- 3 muỗng canh Bơ

Hướng:

a) Làm nóng lò ở nhiệt độ 400 độ F. Đánh kem cùng pho mát, 1 muỗng canh bơ và đường trong một cái bát trộn lớn. Đừng đập.

b) Thêm từng quả trứng vào, đánh kỹ sau mỗi lần thêm.

c) Kết hợp quế, vỏ chanh, bột mì và muối. Bơ chảo với 2 thìa bơ còn lại, dùng ngón tay phết đều.

d) Đổ bột vào chảo đã chuẩn bị và nướng ở 400 độ trong 12 phút, sau đó giảm xuống 350 độ và nướng thêm 25 đến 30 phút nữa. Con dao không được có cặn.

e) Khi bánh nguội đến nhiệt độ phòng, rắc đường bánh kẹo lên bánh.

39. Mãng cầu chiên Tây Ban Nha

Khẩu phần: 8 khẩu phần

Nguyên liệu

- 1 thanh quế
- Vỏ 1 quả chanh
- 3 cốc sữa
- 1 chén đường
- 2 muỗng canh bột bắp
- 2 muỗng cà phê quế
- Bột; để nạo vét
- Rửa trứng
- Dầu ô liu; để chiên

Hướng:

a) Kết hợp thanh quế, vỏ chanh, 34 cốc đường và 212 cốc sữa trong nồi trên lửa vừa.

b) Đun sôi ở nhiệt độ thấp, sau đó giảm nhiệt độ thấp và nấu trong 30 phút. Loại bỏ vỏ chanh và thanh quế. Kết hợp sữa và bột ngô còn lại trong một chậu trộn nhỏ.

c) Đánh thật kỹ. Khuấy hỗn hợp bột ngô vào sữa đun nóng theo dòng chảy chậm và đều. Đun sôi, sau đó giảm nhiệt độ thấp và nấu trong 8 phút, khuấy thường xuyên. Tắt lửa và đổ vào đĩa nướng 8 inch đã phết bơ.

d) Để nguội hoàn toàn. Đậy nắp và làm lạnh cho đến khi nguội hoàn toàn. Tạo các hình tam giác 2 inch từ mãng cầu.

e) Kết hợp 14 cốc đường còn lại và quế trong một bát trộn. Trộn kỹ. Nhúng các hình tam giác vào bột mì cho đến khi được bao phủ hoàn toàn.

f) Nhúng từng hình tam giác vào nước rửa trứng và loại bỏ phần thừa. Trả lại sữa trứng cho bột mì và phủ hoàn toàn.

g) Đun nóng dầu trong chảo xào lớn trên lửa vừa. Cho các miếng tam giác vào dầu nóng và chiên trong 3 phút hoặc cho đến khi có màu nâu cả hai mặt.

h) Lấy gà ra khỏi chảo và để ráo nước trên khăn giấy. Quăng hỗn hợp đường quế và nêm muối và hạt tiêu.

i) Tiếp tục với phần còn lại của các hình tam giác theo cách tương tự.

40. bánh bông lan Ý

Khẩu phần: 8 khẩu phần

Nguyên liệu

- 3 quả trứng; bị đánh đập
- 1 Gói 3 Oz Kem Phô mai với Hẹ; làm mềm
- ¾ muỗng cà phê bột tỏi
- ¼ muỗng cà phê tiêu
- 1½ chén Phô mai Mozzarella, Sữa tách béo một phần; băm nhỏ
- 1 chén phô mai Ricotta
- ½ chén Mayonnaise
- 1 14 trái tim atisô có thể Oz Can; thoát nước
- ½ 15 Oz Can Đậu Garbanzo, Đóng hộp; Rửa sạch và để ráo nước
- 1 2 1/4 Oz Can Ô liu thái lát; thoát nước
- 1 2 Bình Oz Pimientos; thái hạt lựu và thoát nước
- 2 thìa Mùi tây; cắt tỉa
- 1 Vỏ bánh (9 inch); không nung
- 2 quả cà chua nhỏ; Cắt lát

Hướng:

a) Kết hợp trứng, pho mát kem, bột tỏi và hạt tiêu trong một cái bát trộn lớn. Kết hợp 1 chén phô mai mozzarella, phô mai ricotta và sốt mayonnaise trong một bát trộn.

b) Khuấy cho đến khi mọi thứ được trộn đều.

c) Cắt 2 trái tim atisô làm đôi và đặt sang một bên. Cắt phần còn lại của trái tim.

d) Quăng hỗn hợp phô mai với trái tim xắt nhỏ, đậu garbanzo, ô liu, pimientos và rau mùi tây. Đổ hỗn hợp vào vỏ bánh ngọt.

e) Nướng trong 30 phút ở 350 độ. Phần phô mai mozzarella và phô mai Parmesan còn lại nên được rắc lên trên.

f) Nướng thêm 15 phút nữa hoặc cho đến khi chín.

g) Để yên trong 10 phút.

h) Trên cùng, sắp xếp các lát cà chua và trái atisô làm tư.

i) Phục vụ

41. Đào nướng kiểu Ý

Khẩu phần: 1 Khẩu phần

Nguyên liệu

- 6 quả đào chín
- ⅓ cốc Đường
- 1 chén hạnh nhân xay
- 1 lòng đỏ trứng gà
- ½ muỗng cà phê chiết xuất hạnh nhân
- 4 muỗng canh Bơ
- ¼ chén hạnh nhân cắt lát
- Kem nặng, tùy chọn

Hướng:

a) Làm nóng lò ở nhiệt độ 350 độ F. Đào nên được rửa sạch, cắt đôi và rỗ. Trong một bộ xử lý thực phẩm, xay nhuyễn 2 nửa quả đào.

b) Trong một món trộn, kết hợp bột nhuyễn, đường, hạnh nhân xay, lòng đỏ trứng và chiết xuất hạnh nhân. Để tạo ra một hỗn hợp mịn, kết hợp tất cả các Thành phần trong một bát trộn.

c) Đổ nhân lên từng nửa quả đào và đặt các nửa quả đào đã đổ đầy vào khay nướng đã phết bơ.

d) Rắc hạnh nhân thái lát và phết bơ còn lại lên đào trước khi nướng trong 45 phút.

e) Phục vụ nóng hoặc lạnh, với kem hoặc kem.

42. Bánh mận mận Ý cay

Khẩu phần: 12 khẩu phần

Nguyên liệu

- 2 cốc Ý đã rỗ và chia làm tư
- Prune-mận, nấu cho đến khi
- Mềm mại và làm mát
- 1 chén bơ không ướp muối, làm mềm
- $1\frac{3}{4}$ cốc Đường cát
- 4 quả trứng
- 3 chén bột rây
- $\frac{1}{4}$ chén bơ không ướp muối
- $\frac{1}{2}$ pound Đường bột
- $1\frac{1}{2}$ muỗng canh ca cao không đường
- nhúm muối
- 1 muỗng cà phê quế
- $\frac{1}{2}$ thìa cà phê đinh hương xay
- $\frac{1}{2}$ muỗng cà phê hạt nhục đậu khấu
- 2 thìa cà phê Baking soda
- $\frac{1}{2}$ cốc sữa
- 1 chén quả óc chó, thái nhỏ

- 2 đến 3 muỗng canh mạnh, nóng
- Cà phê
- ¾ muỗng cà phê vani

Hướng:

a) Làm nóng lò ở 350°F. Bơ và bột mì trong chảo Bundt 10 inch.

b) Trong một cái bát trộn lớn, đánh kem bơ và đường cho đến khi nhẹ và mịn.

c) Đập từng quả trứng vào.

d) Kết hợp bột mì, gia vị và baking soda trong một cái rây. Trong phần ba, thêm hỗn hợp bột vào hỗn hợp bơ, xen kẽ với sữa. Chỉ đánh để kết hợp các thành phần.

e) Thêm mận khô và quả óc chó đã nấu chín và khuấy đều để kết hợp. Chuyển sang chảo đã chuẩn bị sẵn và nướng trong 1 giờ trong lò nướng ở nhiệt độ 350°F hoặc cho đến khi bánh bắt đầu se lại từ các mặt chảo.

f) Để làm kem phủ, trộn bơ và đường bánh kẹo với nhau. Dần dần thêm đường và bột ca cao, khuấy liên tục cho đến khi kết hợp hoàn toàn. Mùa muối.

g) Khuấy một lượng nhỏ cà phê tại một thời điểm.

h) Đánh cho đến khi nhẹ và mịn, sau đó thêm vani và trang trí bánh.

43. Mỳ ống Fagioli

Khẩu phần: 10

Thành phần:

- 1 ½ lb thịt bò xay
- 2 củ hành tây xắt nhỏ
- ½ muỗng cà phê hạt tiêu đỏ
- 3 muỗng canh dầu ô liu
- 4 nhánh cần tây xắt nhỏ
- 2 tép tỏi băm nhỏ
- 5 chén nước luộc gà
- 1 chén nước sốt cà chua
- 3 muỗng canh sốt cà chua
- 2 muỗng cà phê oregano
- 1 muỗng cà phê húng quế
- Muối và hạt tiêu cho vừa ăn
- 1 15-oz. đậu cannellini có thể
- 2 chén mì Ý nhỏ nấu chín

Hướng:

a) Trong một cái nồi lớn, rán thịt trong 5 phút hoặc cho đến khi thịt không còn màu hồng. Loại bỏ khỏi phương trình.

b) Trong một cái chảo lớn, đun nóng dầu ô liu và nấu hành tây, cần tây và tỏi trong 5 phút.

c) Thêm nước dùng, nước sốt cà chua, bột cà chua, muối, hạt tiêu, húng quế và ớt đỏ và khuấy đều.

d) Đậy nắp chảo. Sau đó, súp nên được nấu trong 1 giờ.

e) Thêm thịt bò và nấu thêm 15 phút nữa.

f) Thêm đậu và khuấy để kết hợp. Sau đó, nấu trong 5 phút ở nhiệt độ thấp.

g) Khuấy mì ống đã nấu chín và nấu trong 3 phút, hoặc cho đến khi nóng qua.

44. Thịt viên và súp Tortellini

Khẩu phần: 6

Thành phần:

- 2 muỗng canh dầu ô liu
- 1 củ hành tây thái hạt lựu
- 3 tép tỏi băm nhỏ
- Muối và hạt tiêu cho vừa ăn
- 8 chén nước dùng gà
- 1 ½ chén cà chua thái hạt lựu đóng hộp
- 1 chén cải xoăn xắt nhỏ
- 1 chén đậu đông lạnh rã đông
- 1 muỗng cà phê húng quế nghiền
- 1 muỗng cà phê oregano
- 1 lá nguyệt quế
- 1 lb. thịt viên rã đông – bất kỳ loại nào
- 1 lb tortellini phô mai tươi
- ¼ chén phô mai Parmesan nạo

Hướng:

a) Trong một cái nồi lớn, đun nóng dầu ô liu và xào hành tây và tỏi trong 5 phút.

b) Trong một cái chảo lớn, kết hợp thịt gà, cà chua xắt nhỏ, cải xoăn, đậu Hà Lan, húng quế, lá oregano, muối, hạt tiêu và lá nguyệt quế.

c) Đun sôi chất lỏng tiếp theo. Sau đó, nấu trong 5 phút ở nhiệt độ thấp.

d) Loại bỏ lá nguyệt quế và ném nó ra ngoài.

e) Đun nhỏ lửa thêm 5 phút sau khi thêm thịt viên và tortellini.

f) Cuối cùng nhưng không kém phần quan trọng, dọn ra bát với phô mai bào bên trên.

45. gà Marsala

Khẩu phần: 4

Thành phần:

- ¼ chén bột mì
- Muối và hạt tiêu cho vừa ăn
- ½ muỗng cà phê húng tây
- 4 ức gà không xương, giã nhỏ
- ¼ chén bơ
- ¼ chén dầu ô liu
- 2 tép tỏi băm nhỏ
- 1 ½ chén nấm thái lát
- 1 củ hành tây thái nhỏ
- 1 cốc marsala
- ¼ cốc rưỡi hoặc kem nặng

Hướng:

a) Trong một bát trộn, kết hợp bột mì, muối, hạt tiêu và cỏ xạ hương.

b) Trong một bát riêng, nạo ức gà trong hỗn hợp.

c) Trong một cái chảo lớn, làm tan chảy bơ và dầu.

d) Nấu tỏi trong 3 phút trong chảo.

e) Quăng thịt gà và nấu trong 4 phút cho mỗi bên.

f) Trong một cái chảo, kết hợp nấm, hành tây và marsala.

g) Nấu gà trong 10 phút ở nhiệt độ thấp.

h) Chuyển gà vào đĩa phục vụ.

i) Trộn kem nửa rưỡi hoặc kem nặng. Sau đó, trong khi nấu ở nhiệt độ cao trong 3 phút, khuấy liên tục.

j) Chấm gà với nước sốt.

46. gà Cheddar tỏi

Khẩu phần: 8

Thành phần:

- ¼ chén bơ
- ¼ chén dầu ô liu
- ½ chén phô mai parmesan nạo
- ½ chén vụn bánh mì Panko
- ½ chén bánh quy giòn Ritz
- 3 tép tỏi băm nhỏ
- 1 ¼ phô mai cheddar sắc nét
- ¼ muỗng cà phê gia vị Ý
- Muối và hạt tiêu cho vừa ăn
- ¼ chén bột mì
- 8 ức gà

Hướng:

a) Làm nóng lò ở nhiệt độ 350 độ F.

b) Trong một cái chảo, làm tan chảy bơ và dầu ô liu rồi phi tỏi trong 5 phút.

c) Trong một bát trộn lớn, kết hợp vụn bánh mì, bánh quy giòn, cả pho mát, gia vị, muối và hạt tiêu.

d) Nhúng từng miếng gà vào hỗn hợp bơ/dầu ô liu càng nhanh càng tốt.

e) Bột gà và nạo vét nó trong đó.

f) Làm nóng lò nướng ở nhiệt độ 350°F và phủ gà bằng hỗn hợp vụn bánh mì.

g) Xếp từng miếng gà vào khay nướng.

h) Rưới hỗn hợp bơ/dầu lên trên.

i) Làm nóng lò ở 350 °F và nướng trong 30 phút.

j) Để giòn hơn, đặt dưới gà thị t trong 2 phút.

47. Gà Fetuccini Alfredo

Khẩu phần: 8

Thành phần:

- 1 lb mì ống fettuccine
- 6 ức gà không xương, không da, cắt thành khối vuông đẹp mắt $\frac{3}{4}$ chén bơ, chia
- 5 tép tỏi băm nhỏ
- 1 muỗng cà phê húng tây
- 1 muỗng cà phê oregano
- 1 củ hành tây thái hạt lựu
- 1 chén nấm thái lát
- $\frac{1}{2}$ chén bột mì
- Muối và hạt tiêu cho vừa ăn
- 3 cốc sữa đầy
- 1 chén kem nặng
- $\frac{1}{4}$ chén phô mai gruyere nghiền
- $\frac{3}{4}$ chén phô mai parmesan nạo

Hướng:

a) Làm nóng lò ở nhiệt độ 350°F và nấu mì ống theo Hướng dẫn trên bao bì, khoảng 10 phút.

b) Trong một cái chảo, làm tan chảy 2 muỗng canh bơ và thêm các viên thịt gà, tỏi, cỏ xạ hương và lá oregano, nấu ở nhiệt độ thấp trong 5 phút hoặc cho đến khi thịt gà không còn màu hồng. Gỡ bỏ.

c) Trong cùng một chảo, làm tan chảy 4 muỗng canh bơ còn lại và xào hành tây và nấm.

d) Khuấy bột mì, muối và hạt tiêu trong 3 phút.

e) Thêm kem nặng và sữa. Khuấy thêm 2 phút nữa.

f) Khuấy phô mai trong 3 phút ở nhiệt độ thấp.

g) Cho gà trở lại chảo và nêm gia vị vừa ăn.

h) Nấu trong 3 phút ở nhiệt độ thấp.

i) Đổ nước sốt lên mì ống.

48. Ziti với xúc xích

Khẩu phần: 8

Thành phần:

- 1 lb xúc xích Ý vụn
- 1 chén nấm thái lát
- ½ chén cần tây thái hạt lựu
- 1 củ hành tây thái hạt lựu
- 3 tép tỏi băm nhỏ
- 42 oz. nước sốt spaghetti mua ở cửa hàng hoặc tự làm
- Muối và hạt tiêu cho vừa ăn
- ½ muỗng cà phê oregano
- ½ muỗng cà phê húng quế
- 1 lb mì ống ziti chưa nấu chín
- 1 chén phô mai mozzarella bào nhỏ
- ½ chén phô mai parmesan nạo
- 3 muỗng canh rau mùi tây xắt nhỏ

Hướng:

a) Trong một cái chảo, làm nâu xúc xích, nấm, hành tây và cần tây trong 5 phút.

b) Sau đó, thêm tỏi. Nấu thêm 3 phút nữa. Loại bỏ khỏi phương trình.

c) Thêm nước sốt spaghetti, muối, hạt tiêu, lá oregano và húng quế vào một cái chảo riêng.

d) Đun nước sốt trong 15 phút.

e) Chuẩn bị mì ống trong chảo theo Hướng dẫn trên bao bì trong khi nấu nước sốt. Làm khô hạn.

f) Làm nóng lò ở nhiệt độ 350 độ F.

g) Trong một món nướng, đặt ziti, hỗn hợp xúc xích và phô mai mozzarella cắt nhỏ thành hai lớp.

h) Rắc rau mùi tây và phô mai parmesan lên trên.

i) Làm nóng lò ở 350 ° F và nướng trong 25 phút.

49. xúc xích và ớt

Khẩu phần: 4

Thành phần:

- 1 gói mì Ý
- 1 muỗng canh dầu ô liu
- 4 mắt xúc xích Ý ngọt cắt miếng vừa ăn
- 2 quả ớt chuông đỏ cắt thành dải.
- 2 ớt chuông xanh cắt thành dải
- 2 quả ớt chuông màu cam cắt thành dải
- 3 tép tỏi băm nhỏ
- 1 muỗng cà phê gia vị Ý
- Muối và hạt tiêu cho vừa ăn
- 3 muỗng canh dầu ô liu nguyên chất
- 12 oz. đóng hộp cà chua thái hạt lựu
- 3 muỗng canh rượu vang đỏ
- 1/3 chén rau mùi tây xắt nhỏ
- $\frac{1}{4}$ chén phô mai Asiago nạo

Hướng:

a) Nấu mì spaghetti theo Hướng dẫn trên bao bì, sẽ mất khoảng 5 phút. Làm khô hạn

b) Trong chảo, đun nóng dầu ô liu và chiên xúc xích trong 5 phút.

c) Đặt xúc xích lên đĩa phục vụ.

d) Thêm ớt, tỏi, gia vị Ý, muối và hạt tiêu vào cùng một chảo.

e) Rưới 3 muỗng canh dầu ô liu lên ớt.

f) Thêm cà chua thái hạt lựu và rượu vang và khuấy để kết hợp.

g) Xào tổng cộng 10 phút.

h) Điều chỉnh gia vị bằng cách trộn mì spaghetti với ớt.

i) Thêm mùi tây và phô mai Asiago lên trên.

50. Lasagna nước sốt

Khẩu phần: 4

Thành phần:
- 1 ½ lb. xúc xích Ý cay vụn
- 5 chén nước sốt spaghetti mua tại cửa hàng
- 1 chén nước sốt cà chua
- 1 muỗng cà phê gia vị Ý
- ½ chén rượu vang đỏ
- 1 muỗng canh đường
- 1 muỗng canh dầu
- 5 nhánh tỏi băm
- 1 củ hành tây thái hạt lựu
- 1 chén phô mai mozzarella bào nhỏ
- 1 chén phô mai provolone cắt nhỏ
- 2 chén phô mai ricotta
- 1 chén phô mai
- 2 quả trứng lớn
- ¼ cốc sữa
- 9 mì lasagna mì – luộc
- ¼ chén phô mai parmesan nạo

Hướng:

a) Làm nóng lò ở nhiệt độ 375 độ F.

b) Trong một cái chảo, làm nâu xúc xích vụn trong 5 phút. Bất kỳ dầu mỡ nên được loại bỏ.

c) Trong một cái nồi lớn, kết hợp nước sốt mì ống, nước sốt cà chua, gia vị Ý, rượu vang đỏ và đường và trộn kỹ.

d) Trong một cái chảo, làm nóng dầu ô liu. Sau đó, xào tỏi và hành tây trong 5 phút.

e) Kết hợp xúc xích, tỏi và hành tây vào nước sốt.

f) Sau đó, đậy nắp nồi và để lửa nhỏ trong 45 phút.

g) Trong một món trộn, kết hợp pho mát mozzarella và provolone.

h) Trong một bát riêng, kết hợp ricotta, phô mai, trứng và sữa.

i) Trong đĩa nướng 9 x 13, đổ 12 chén nước sốt vào đáy đĩa.

j) Bây giờ sắp xếp mì, nước sốt, ricotta và phô mai mozzarella trong đĩa nướng thành ba lớp.

k) Phết phô mai parmesan lên trên.

l) Nướng trong một món ăn có nắp đậy trong 30 phút.

m) Nướng thêm 15 phút nữa sau khi mở đĩa.

51. Bữa tối hải sản Diavolo

Khẩu phần: 4

Thành phần:

- 1lb. tôm lớn bóc vỏ và rút chỉ
- ½ lb sò điệp nướng
- 3 muỗng canh dầu ô liu
- ½ muỗng cà phê hạt tiêu đỏ
- muối để hương vị
- 1 củ hành tây thái nhỏ
- ½ muỗng cà phê húng tây
- ½ muỗng cà phê oregano
- 2 miếng phi lê cá cơm đập dập
- 2 muỗng canh sốt cà chua
- 4 tép tỏi băm nhỏ
- 1 chén rượu trắng
- 1 muỗng cà phê nước cốt chanh
- 2 ½ chén cà chua thái hạt lựu
- 5 muỗng canh mùi tây

Hướng:

a) Trong một đĩa trộn, kết hợp tôm, sò điệp, dầu ô liu, mảnh ớt đỏ và muối.

b) Làm nóng chảo ở nhiệt độ 350°F. Xào hải sản thành từng lớp trong 3 phút. Đây là một cái gì đó có thể được thực hiện trong bó.

c) Bày tôm và sò điệp ra đĩa.

d) Làm nóng lại chảo.

e) Xào hành tây, rau thơm, phi lê cá cơm và sốt cà chua trong 2 phút.

f) Kết hợp rượu vang, nước cốt chanh và cà chua thái hạt lựu trong một bát trộn.

g) Đun sôi chất lỏng.

h) Đặt nhiệt độ ở mức thấp. Nấu trong 15 phút sau đó.

i) Cho hải sản trở lại chảo cùng với mùi tây.

j) Nấu trong 5 phút ở nhiệt độ thấp.

52. Linguine và tôm Scampi

Khẩu phần: 6

Thành phần:

- 1 gói mỳ ý
- ¼ chén bơ
- 1 ớt chuông đỏ xắt nhỏ
- 5 tép tỏi băm nhỏ
- 45 con tôm lớn sống bóc vỏ và bỏ chỉ ½ chén rượu trắng khô ¼ chén nước dùng gà
- 2 muỗng canh nước cốt chanh
- ¼ chén bơ
- 1 muỗng cà phê mảnh ớt đỏ nghiền
- ½ muỗng cà phê nghệ tây
- ¼ chén rau mùi tây xắt nhỏ
- muối để hương vị

Hướng:

a) Nấu mì ống theo Hướng dẫn trên bao bì, sẽ mất khoảng 10 phút.

b) Xả nước và đặt nó sang một bên.

c) Trong một cái chảo lớn, làm tan chảy bơ.

d) Nấu ớt chuông và tỏi trong chảo trong 5 phút.

e) Thêm tôm và tiếp tục xào thêm 5 phút nữa.

f) Dọn tôm ra đĩa, nhưng giữ lại tỏi và hạt tiêu trong chảo.

g) Đun sôi rượu trắng, nước dùng và nước cốt chanh.

h) Cho tôm trở lại chảo với 14 chén nước khác tốt hơn.

i) Thêm mảnh ớt đỏ, nghệ tây và rau mùi tây, và nêm muối cho vừa ăn.

j) Đun nhỏ lửa trong 5 phút sau khi trộn với mì ống.

53. Tôm Sốt Kem Pesto

Khẩu phần: 6

Thành phần:

- 1 gói mỳ ý
- 1 muỗng canh dầu ô liu
- 1 củ hành tây xắt nhỏ
- 1 chén nấm thái lát
- 6 tép tỏi băm nhỏ
- ½ chén bơ
- Muối và hạt tiêu cho vừa ăn
- ½ muỗng cà phê ớt cayenne
- 1 3/4 chén Pecorino Romano nghiền
- 3 muỗng canh bột mì
- ½ cốc kem nặng
- 1 chén sốt xì dầu
- 1 lb tôm nấu chín, bóc vỏ và rút chỉ

Hướng:

a) Nấu mì ống theo Hướng dẫn trên bao bì, sẽ mất khoảng 10 phút. Làm khô hạn.

b) Trong chảo, đun nóng dầu và nấu hành tây và nấm trong 5 phút.

c) Nấu trong 1 phút sau khi khuấy tỏi và bơ.

d) Trong một cái chảo, đổ kem nặng và nêm muối, hạt tiêu và ớt cayenne.

e) Đun nhỏ lửa thêm 5 phút nữa.

f) Thêm phô mai và khuấy để kết hợp. Tiếp tục đánh cho đến khi phô mai tan chảy.

g) Sau đó, để làm đặc nước sốt, trộn bột mì.

h) Nấu trong 5 phút với sốt pesto và tôm.

i) Phủ mì ống với nước sốt.

54. Súp cá và Chorizo

Khẩu phần: 4

Thành phần:

- 2 đầu cá (dùng nấu cá kho)
- 500g phi lê cá, cắt khúc
- 1 củ hành tây
- 1 tép tỏi
- 1 chén rượu trắng
- 2 muỗng canh dầu ô liu
- 1 nắm mùi tây (thái nhỏ)
- 2 chén nước dùng cá
- 1 nắm oregano (thái nhỏ)
- 1 muỗng canh muối
- 1 muỗng canh tiêu
- 1 cần tây
- 2 lon cà chua (cà chua)
- 2 quả ớt đỏ
- 2 xúc xích chorizo
- 1 muỗng canh ớt bột
- 2 lá nguyệt quế

Hướng:

a) Làm sạch đầu cá. Mang nên được loại bỏ. Mùa muối. Nấu trong 20 phút ở nhiệt độ thấp. Loại bỏ khỏi phương trình.

b) Trong một cái chảo, đổ dầu ô liu. Kết hợp hành tây, lá nguyệt quế, tỏi, chorizo và ớt bột trong một bát trộn lớn. 7 phút trong lò nướng

c) Trong một bát trộn lớn, kết hợp ớt đỏ, cà chua, cần tây, hạt tiêu, muối, lá oregano, nước dùng cá và rượu vang trắng.

d) Nấu tổng cộng 10 phút.

e) Cho cá vào. 4 phút trong lò

f) Sử dụng cơm như một món ăn phụ.

g) Thêm mùi tây như một trang trí.

55. Affogato

Khẩu phần: 1

Thành phần

- 1 muỗng kem vani
- 1 shot Espresso
- Một giọt nước sốt sô cô la, tùy chọn

Hướng:

a) Trong ly, đặt một muỗng kem vani và 1 ly cà phê espresso.

b) Phục vụ!

56. Sốt Tahini

Làm khoảng 1¼ cốc

Nguyên liệu

- ½ chén tahini
- ½ cốc nước
- ¼ cốc nước cốt chanh (2 quả chanh)
- 2 tép tỏi, băm nhỏ

Hướng:

a) Đánh tất cả các thành phần trong bát cho đến khi kết hợp. Nêm muối và hạt tiêu cho vừa ăn.

b) Để yên cho đến khi hương vị tan chảy, khoảng 30 phút. (Nước sốt có thể được làm lạnh trong tối đa 4 ngày.)

57. Sốt sữa chua tỏi

Làm khoảng ½ cốc

Nguyên liệu

- ½ cốc sữa chua Hy Lạp nguyên chất
- 1 thìa nước cốt chanh
- 1 muỗng canh bạc hà tươi xắt nhỏ
- 1 tép tỏi, băm nhỏ

Hướng:

a) Kết hợp tất cả các thành phần trong bát và nêm muối và hạt tiêu cho vừa ăn.

b) Phục vụ. (Nước sốt có thể được làm lạnh trong tối đa 4 ngày.)

58. Sốt bơ-sữa chua

Làm khoảng $1\frac{1}{4}$ cốc

Nguyên liệu

- 1 quả bơ chín, cắt thành miếng $\frac{1}{2}$-inch
- $\frac{1}{4}$ cốc sữa chua nguyên chất
- 1 muỗng cà phê nước cốt chanh
- $\frac{1}{2}$ muỗng cà phê thì là
- $\frac{1}{8}$ muỗng cà phê muối ăn
- $\frac{1}{8}$ muỗng cà phê tiêu

Hướng:

a) Sử dụng máy đánh trứng mạnh, nghiền và khuấy tất cả các thành phần với nhau trong bát cho đến khi mịn nhất có thể.

b) Nêm muối và hạt tiêu cho vừa ăn. Phục vụ.

59. Sốt sữa chua Tahini

Làm khoảng 1 cốc

Nguyên liệu

- ⅓ chén tahini
- ⅓ cốc sữa chua Hy Lạp nguyên chất
- ¼ cốc nước
- 3 thìa nước cốt chanh
- 1 tép tỏi, băm nhỏ
- ¾ muỗng cà phê muối ăn

Hướng:

a) Đánh tất cả các thành phần trong bát cho đến khi kết hợp. Nêm muối và hạt tiêu cho vừa ăn.

b) Để yên cho đến khi hương vị tan chảy, khoảng 30 phút. (Nước sốt có thể được làm lạnh trong tối đa 4 ngày.)

60. cá cơm

Làm khoảng 1¼ cốc

Nguyên liệu

- 2 lòng đỏ trứng lớn
- 8 miếng phi lê cá cơm, rửa sạch, thấm khô và băm nhỏ
- 2 muỗng cà phê mù tạt Dijon
- 2 muỗng cà phê nước cốt chanh
- 1 tép tỏi, băm nhỏ
- ¾ chén dầu thực vật
- 1 muỗng canh nước
- ¼ muỗng cà phê tiêu
- ¼ chén dầu ôliu nguyên chất

Hướng:

a) Xay lòng đỏ trứng, cá cơm, mù tạt, nước chanh và tỏi trong máy xay thực phẩm cho đến khi kết hợp, khoảng 20 giây.

b) Khi bộ xử lý đang chạy, nhỏ từ từ dầu thực vật vào cho đến khi kết hợp, khoảng 1 phút.

c) Chuyển sang bát vừa và đánh trong nước và hạt tiêu. Đánh liên tục, cho từ từ dầu ô liu vào, sau đó nêm muối và hạt tiêu cho vừa ăn.

61. Basil Pesto

Làm khoảng 1½ cốc

Nguyên liệu

- 6 tép tỏi, chưa bóc vỏ
- ½ chén hạt thông
- 4 chén lá húng quế tươi
- 4 muỗng canh lá mùi tây tươi
- 1 chén dầu ô liu siêu nguyên chất
- Phô mai Parmesan 1 ounce, bào mịn (½ cốc)

Hướng:

a) Nướng tỏi trong chảo 8 inch trên lửa vừa, thỉnh thoảng lắc chảo cho đến khi mềm và có màu nâu nhạt, khoảng 8 phút. Khi tỏi đủ nguội để xử lý, loại bỏ và loại bỏ vỏ và băm nhỏ.

b) Trong khi đó, nướng hạt thông trong chảo rỗng trên lửa vừa, khuấy thường xuyên, cho đến khi vàng và có mùi thơm, từ 4 đến 5 phút.

c) Cho húng quế và rau mùi tây vào túi có khóa kéo 1 gallon. Giã túi bằng mặt phẳng của máy giã thịt hoặc bằng cây cán bột cho đến khi tất cả các lá bị dập nát.

d) Xay tỏi, hạt thông và rau thơm trong máy xay thực phẩm cho đến khi thái nhỏ, khoảng 1 phút, cạo xuống các cạnh bát nếu cần. Với bộ xử lý đang chạy, từ từ thêm dầu cho đến khi kết hợp. Cho sốt pesto vào tô, cho Parmesan vào khuấy đều, nêm muối và tiêu cho vừa ăn.

e) Để tránh bị chuyển sang màu nâu, ấn màng bọc thực phẩm phẳng ra bề mặt hoặc phủ một lớp dầu ô liu mỏng lên trên.

62. Harissa

Làm khoảng ½ cốc

Nguyên liệu

- 6 muỗng canh dầu ô liu siêu nguyên chất
- 6 tép tỏi, băm nhỏ
- 2 muỗng canh ớt bột
- 1 muỗng canh rau mùi
- 1-3 muỗng canh tiêu Aleppo xay khô
- 1 muỗng cà phê thì là
- ¾ muỗng cà phê hạt thì là
- ½ muỗng cà phê muối ăn

Hướng:

a) Kết hợp tất cả các thành phần trong bát và cho vào lò vi sóng cho đến khi sủi bọt và rất thơm, khoảng 1 phút, khuấy nửa chừng trong lò vi sóng; để nguội hoàn toàn.

b) Harissa có thể được làm lạnh trong tối đa 4 ngày.

63. Hoa hồng Harissa

Làm khoảng ½ cốc

Nguyên liệu

- 6 muỗng canh dầu ô liu siêu nguyên chất
- ¼ chén ớt bột
- 1½ muỗng canh tiêu Aleppo xay khô
- 1 muỗng canh rau mùi
- 3 tép tỏi, băm nhỏ
- ½ muỗng cà phê thì là
- ½ muỗng cà phê hạt thì là
- ½ muỗng cà phê muối ăn
- 2 muỗng canh nụ hoa hồng khô vụn, loại bỏ cuống
- 1¼ muỗng cà phê nước hoa hồng

Hướng:

a) Cho dầu, ớt bột, hạt tiêu Aleppo, rau mùi, tỏi, thì là, thìa là và muối vào bát và cho vào lò vi sóng cho đến khi sủi bọt và rất thơm, khoảng 1 phút, khuấy nửa chừng trong lò vi sóng.

b) Đánh bông hoa hồng và nước hoa hồng; để nguội hoàn toàn.

64. Bảo quản chanh

Làm 4 quả chanh được bảo quản

Nguyên liệu

- 12 quả chanh, tốt nhất là Meyer
- ½ chén muối kosher

Hướng:

a) Rửa sạch và lau khô 4 quả chanh. Cắt theo chiều dọc thành các phần tư, dừng cách đáy 1 inch để chanh vẫn còn nguyên ở gốc. Ép 8 quả chanh còn lại để lấy 1½ cốc nước cốt; để dành bất kỳ nước trái cây bổ sung nào.

b) Nhẹ nhàng kéo căng 1 quả chanh đã cắt và đổ 2 thìa muối vào giữa. Làm việc trên bát, nhẹ nhàng chà xát các bề mặt chanh đã cắt với nhau, sau đó cho chanh vào bình 1 lít. Lặp lại với chanh cắt còn lại và muối còn lại. Thêm muối và nước trái cây tích lũy trong bát vào lọ.

c) Đổ 1½ chén nước cốt chanh vào lọ và ấn nhẹ để ngập chanh. (Thêm nước cốt dự trữ vào lọ nếu cần để chanh ngập hoàn toàn.) Đậy chặt nắp lọ và lắc. Làm lạnh chanh, lắc lọ mỗi ngày một lần trong 4 ngày đầu tiên để phân phối lại muối và nước cốt. Để chanh trong tủ lạnh cho đến khi bóng và mềm, từ 6 đến 8 tuần.

d) Để sử dụng, cắt lượng chanh bảo quản mong muốn. Nếu muốn, dùng dao để loại bỏ cùi và cùi trắng trên vỏ trước khi sử dụng.

65. củ cải hồng ngâm

Làm 4 cốc

Nguyên liệu

- $1\frac{1}{4}$ chén giấm rượu vang trắng
- $1\frac{1}{4}$ cốc nước
- $2\frac{1}{2}$ muỗng canh đường
- $1\frac{1}{2}$ muỗng canh muối đóng hộp và muối chua (xem trang này)
- 3 tép tỏi, đập dập và bóc vỏ
- $\frac{3}{4}$ thìa cà phê quả mọng nguyên hạt
- $\frac{3}{4}$ muỗng cà phê hạt tiêu đen
- 1 pound củ cải, gọt vỏ và cắt thành que dài 2 x $\frac{1}{2}$ inch
- 1 củ cải nhỏ, tỉa, gọt vỏ và cắt thành miếng 1 inch

Hướng:

a) Cho giấm, nước, đường, muối, tỏi, hạt tiêu và hạt tiêu vào nồi đun sôi trên lửa vừa và cao. Đậy nắp, loại bỏ nhiệt và để yên trong 10 phút.

b) Lọc nước muối qua lưới lọc mịn, sau đó quay trở lại chảo.

c) Đặt hai lọ 1 panh vào bát và đặt dưới vòi nước nóng đang chảy cho đến khi nước nóng chảy qua, từ 1 đến 2 phút; lắc khô. Gói củ cải theo chiều dọc vào lọ nóng với các miếng củ cải được phân bố đều khắp.

d) Đun sôi nước muối trở lại. Sử dụng phễu và muôi, đổ nước muối nóng lên rau để đậy nắp. Để lọ nguội đến nhiệt độ phòng, đậy nắp và cho vào tủ lạnh ít nhất 2 ngày trước khi dùng. (Củ cải muối có thể được bảo quản trong tủ lạnh tới 1 tháng; củ cải sẽ mềm theo thời gian.)

66. Hành tây ngâm nhanh

Làm 1 cốc

Nguyên liệu

- 1 chén giấm rượu vang đỏ

- ⅓ chén đường

- ¼ muỗng cà phê muối ăn

- 1 củ hành đỏ, giảm một nửa và thái lát mỏng

Hướng:

a) Đun giấm, đường và muối trong nồi nhỏ trên lửa vừa và cao, thỉnh thoảng khuấy cho đến khi đường tan hết.

b) Tắt lửa, cho hành tây vào, đậy nắp và để nguội hoàn toàn, khoảng 1 giờ. Phục vụ. (Có thể bảo quản hành ngâm chua trong hộp kín trong tối đa 1 tuần.)

67. Ratatouille Tây Ban Nha

Khẩu phần: 4

Thành phần:

- 1 ớt chuông đỏ (thái hạt lựu)
- 1 củ hành tây cỡ trung bình (thái lát hoặc băm nhỏ)
- 1 tép tỏi
- 1 quả bí ngòi (thái nhỏ)
- 1 ớt chuông xanh (thái hạt lựu)
- 1 muỗng canh muối
- 1 muỗng canh tiêu
- 1 hộp cà chua (thái nhỏ)
- 3 muỗng canh dầu ô liu
- 1 tí rượu trắng
- 1 nắm mùi tây tươi

Hướng:

a) Trong một cái chảo, đổ dầu ô liu.

b) Cho hành tây vào. Để thời gian chiên 4 phút trên lửa vừa.

c) Cho tỏi và ớt vào. Cho phép chiên thêm 2 phút nữa.

d) Cho bí ngòi, cà chua, rượu trắng vào, nêm muối và tiêu vừa ăn.

e) Nấu trong 30 phút hoặc cho đến khi hoàn thành.

f) Trang trí với rau mùi tây, nếu muốn.

g) Ăn với cơm hoặc bánh mì nướng như một món ăn phụ.

h) Vui thích!!!

68. Đậu và Chorizo hầm

Khẩu phần: 3

Thành phần:

- 1 củ cà rốt (thái hạt lựu)
- 3 muỗng canh dầu ô liu
- 1 củ hành tây cỡ vừa
- 1 quả ớt chuông đỏ
- 400g đậu fabes khô
- 300 gram xúc xích Chorizo
- 1 quả ớt chuông xanh
- 1 chén mùi tây (thái nhỏ)
- 300g cà chua (thái hạt lựu)
- 2 chén nước dùng gà
- 300 gram đùi gà (phi lê)
- 6 tép tỏi
- 1 củ khoai tây cỡ vừa (thái hạt lựu)
- 2 muỗng canh cỏ xạ hương
- 2 muỗng canh muối để nếm
- 1 muỗng canh tiêu

Hướng:

a) Trong chảo, đổ dầu thực vật. Cho hành tây vào. Để thời gian chiên 2 phút trên lửa vừa.

b) Trong một bát trộn lớn, kết hợp tỏi, cà rốt, ớt chuông, chorizo và đùi gà. Cho phép 10 phút để nấu ăn.

c) Cho cỏ xạ hương, nước dùng gà, đậu, khoai tây, cà chua, rau mùi tây vào, nêm muối và tiêu vừa ăn.

d) Nấu trong 30 phút hoặc cho đến khi đậu mềm và nước hầm đặc lại.

69. soup lạnh Tây ban nha

Khẩu phần: 6

Thành phần:

- 2 Pound cà chua chín, xắt nhỏ
- 1 ớt chuông đỏ (thái hạt lựu)
- 2 tép tỏi (xay)
- 1 muỗng canh muối
- 1 muỗng canh tiêu
- 1 muỗng canh thì là (xay)
- 1 chén hành tím (thái nhỏ)
- 1 quả ớt Jalapeno cỡ lớn
- 1 chén dầu ô liu
- 1 quả chanh 1 quả dưa chuột cỡ vừa
- 2 muỗng canh giấm
- 1 chén cà chua (nước ép)
- 1 muỗng canh sốt Worrouershire
- 2 muỗng canh húng quế tươi (thái lát)
- 2 lát bánh mì

Hướng:

a) Trong một bát trộn, kết hợp dưa chuột, cà chua, ớt, hành tây, tỏi, jalapeño, muối và thì là. Khuấy mọi thứ lại với nhau hoàn toàn.

b) Trong máy xay sinh tố, kết hợp dầu ô liu, giấm, sốt Worrouershire, nước cốt chanh, nước ép cà chua và bánh mì. Xay cho đến khi hỗn hợp mịn hoàn toàn.

c) Dùng rây lọc hỗn hợp đã xay vào hỗn hợp ban đầu.

d) Hãy chắc chắn để kết hợp hoàn toàn mọi thứ.

e) Múc một nửa hỗn hợp cho vào máy xay và xay nhuyễn. Xay cho đến khi hỗn hợp mịn hoàn toàn.

f) Cho hỗn hợp đã trộn trở lại phần hỗn hợp còn lại. Khuấy mọi thứ lại với nhau hoàn toàn.

g) Làm lạnh bát trong 2 giờ sau khi đậy nắp.

h) Sau 2 giờ, lấy bát ra. Nêm hỗn hợp với muối và hạt tiêu. Rắc húng quế lên trên món ăn.

i) Phục vụ.

70. Mực và Cơm

Khẩu phần: 4

Thành phần:
- 6 oz. hải sản (bất kỳ sự lựa chọn của bạn)
- 3 tép tỏi
- 1 củ hành tây cỡ vừa (thái lát)
- 3 muỗng canh dầu ô liu
- 1 quả ớt xanh (thái lát)
- 1 muỗng canh mực ống
- 1 bó mùi tây
- 2 muỗng canh ớt bột
- 550-gram mực ống (đã làm sạch)
- 1 muỗng canh muối
- 2 cần tây (thái hạt lựu)
- 1 lá nguyệt quế tươi
- 2 quả cà chua cỡ vừa (xay)
- 300g gạo tẻ
- 125ml rượu trắng
- 2 chén nước dùng cá
- 1 quả chanh

Hướng:

a) Trong một cái chảo, đổ dầu ô liu. Kết hợp hành tây, lá nguyệt quế, hạt tiêu và tỏi trong một bát trộn. Cho phép chiên trong vài phút.

b) Cho mực và hải sản vào. Nấu trong vài phút, sau đó lấy mực/hải sản ra.

c) Trong một bát trộn lớn, kết hợp ớt bột, cà chua, muối, cần tây, rượu vang và rau mùi tây. Chờ 5 phút để rau chín.

d) Cho gạo đã vo vào chảo. Kết hợp nước dùng cá và mực ống trong một bát trộn.

e) Nấu tổng cộng 10 phút. Kết hợp hải sản và mực trong một bát trộn lớn.

f) Nấu thêm 5 phút nữa.

g) Phục vụ với aioli hoặc chanh.

71. Thỏ hầm cà chua

Khẩu phần: 5

Thành phần:

- 1 con thỏ đầy đủ, cắt thành miếng
- 1 lá nguyệt quế
- 2 củ hành tây cỡ lớn
- 3 tép tỏi
- 2 muỗng canh dầu ô liu
- 1 muỗng canh ớt bột ngọt
- 2 nhánh hương thảo tươi
- 1 hộp cà chua
- 1 nhánh húng tây
- 1 chén rượu trắng
- 1 muỗng canh muối
- 1 muỗng canh tiêu

Hướng:

a) Trong chảo rán, đun nóng dầu ô liu trên lửa vừa và cao.

b) Làm nóng dầu trước và thêm các miếng thịt thỏ. Chiên cho đến khi các miếng có màu nâu đều.

c) Loại bỏ nó sau khi nó kết thúc.

d) Thêm hành và tỏi vào cùng một chảo. Nấu cho đến khi nó mềm hoàn toàn.

e) Trong một bát trộn lớn, kết hợp cỏ xạ hương, ớt bột, hương thảo, muối, hạt tiêu, cà chua và lá nguyệt quế. Cho phép 5 phút để nấu ăn.

f) Quăng những miếng thịt thỏ với rượu. Đậy nắp nấu trong 2 giờ hoặc cho đến khi thịt thỏ chín và nước sốt đặc lại.

g) Ăn với khoai tây chiên hoặc bánh mì nướng.

72. Tôm với thì là

Khẩu phần: 3

Thành phần:

- 1 muỗng canh muối
- 1 muỗng canh tiêu
- 2 tép tỏi (thái lát)
- 2 muỗng canh dầu ô liu
- 4 muỗng canh manzanilla sherry
- 1 củ thì là
- 1 nắm mùi tây
- 600g cà chua bi
- 15 con tôm loại lớn, bóc vỏ
- 1 chén rượu trắng

Hướng:

a) Trong một cái chảo lớn, đun nóng dầu. Đặt các tép tỏi đã cắt vào một cái bát. Cho phép chiên cho đến khi tỏi có màu nâu vàng.

b) Thêm thì là và mùi tây vào hỗn hợp. Nấu trong 10 phút ở nhiệt độ thấp.

c) Trong một bát trộn lớn, kết hợp cà chua, muối, hạt tiêu, sherry và rượu vang. Đun sôi trong 7 phút hoặc cho đến khi nước sốt đặc lại.

d) Đặt tôm đã bóc vỏ lên trên. Nấu trong 5 phút, hoặc cho đến khi tôm chuyển sang màu hồng.

e) Trang trí với một rắc lá mùi tây.

f) Phục vụ với một mặt của bánh mì.

73. Salad atisô giòn với nước sốt chanh

MÁY CHỦ 4

Thành phần:

- 3 chén atisô nguyên con ngâm trong nước, cắt đôi, rửa sạch và vỗ nhẹ cho khô
- 3 muỗng canh bột bắp
- 1 chén dầu ô liu siêu nguyên chất để chiên
- 1 thìa nước cốt chanh
- $\frac{3}{4}$ muỗng cà phê mù tạt Dijon
- $\frac{3}{4}$ muỗng cà phê hẹ băm nhỏ
- Nhúm muối ăn
- 4 muỗng cà phê dầu ô liu nguyên chất
- 2 ounce (2 cốc) mizuna hoặc rau arugula non
- $\frac{3}{4}$ chén đậu Hà Lan đông lạnh, rã đông
- 1 muỗng cà phê Za'atar

Hướng:

a) Quăng atisô với bột ngô vào bát để phủ. Đun nóng 1 chén dầu trong chảo 12 inch trên lửa vừa cho đến khi sủi bọt.

b) Lắc bột ngô thừa từ atisô và cẩn thận thêm vào chảo trong một lớp. Nấu, thỉnh thoảng khuấy, cho đến khi vàng và giòn khắp mặt, từ 5 đến 7 phút. Sử dụng muỗng có rãnh, chuyển atisô sang đĩa có lót khăn giấy để hơi nguội, khoảng 10 phút.

c) Đánh đều nước cốt chanh, mù tạt, hẹ tây và muối với nhau trong bát. Đánh liên tục, từ từ nhỏ 4 muỗng cà phê dầu cho đến khi nhũ hóa.

d) Quăng mizuna, đậu Hà Lan và 2 muỗng canh giấm với nhau trong một cái bát lớn. Chuyển sang đĩa phục vụ và phủ atisô lên trên, rưới giấm còn lại và rắc za'atar. Phục vụ.

74. Salad cà rốt và cá hồi hun khói

PHỤC VỤ 4 ĐẾN 6

Thành phần:

- 2 pound cà rốt với rau xanh kèm theo, chia nhỏ, ¼ chén rau xanh xắt nhỏ
- 5 muỗng canh giấm rượu táo, chia
- 1 muỗng canh đường
- ⅛ muỗng cà phê cộng với ¾ muỗng cà phê muối, chia
- ¼ chén dầu ô liu nguyên chất, chia
- ¼ muỗng cà phê tiêu
- 1 quả bưởi đỏ
- 2 muỗng canh thì là tươi xắt nhỏ
- 2 muỗng cà phê mù tạt Dijon
- 2 đầu rau diếp Bỉ (mỗi loại 4 ounce), cắt đôi, bỏ lõi và thái lát dày ½ inch
- 8 ounces cá hồi hun khói

Hướng:

a) Điều chỉnh giá đỡ lò ở vị trí thấp nhất và làm nóng lò ở 450 độ. Gọt vỏ và cạo 4 ounce cà rốt thành những dải mỏng bằng dụng cụ gọt rau củ; để qua một bên. Gọt vỏ và cắt lát cà rốt còn lại dày ¼ inch; để qua một bên.

b) Cho ¼ chén giấm, đường và ⅛ muỗng cà phê muối vào lò vi sóng cho đến khi sôi, từ 1 đến 2 phút. Cho cà rốt đã bào sợi vào xào, sau đó để yên, thỉnh thoảng khuấy trong 45 phút. (Cà rốt ngâm chua đã ráo nước có thể bảo quản trong tủ lạnh tối đa 5 ngày.)

c) Xào cà rốt thái lát với 1 muỗng canh dầu, hạt tiêu và ½ muỗng cà phê muối vào bát, sau đó trải thành một lớp trên khay nướng có viền, mặt cắt úp xuống. Nướng cho đến khi mềm và đáy chín vàng đều, từ 15 đến 25 phút. Để nguội một chút, khoảng 15 phút.

d) Trong khi đó, cắt bỏ vỏ và cùi bưởi. Bưởi làm tư, sau đó cắt ngang thành những miếng dày ¼ inch.

e) Trộn đều thì là, mù tạt, 1 muỗng canh giấm còn lại và ¼ muỗng cà phê muối còn lại trong tô lớn. Đánh liên tục, từ từ nhỏ 3 muỗng canh dầu còn lại cho đến khi nhũ hóa. Thêm rau diếp, cà rốt xanh, cà rốt rang, cà rốt ngâm, bưởi và trộn đều; nêm muối và hạt tiêu cho vừa ăn. Xếp cá hồi xung quanh mép đĩa phục vụ, sau đó chuyển salad vào giữa đĩa. Phục vụ.

75. Salad củ cải với sữa chua gia vị và cải xoong

PHỤC VỤ 4 ĐẾN 6

Thành phần:

- 2 pound củ cải đường, gọt vỏ, gọt vỏ và cắt thành miếng $\frac{3}{4}$ inch

- $1\frac{1}{8}$ muỗng cà phê muối ăn, chia

- $1\frac{1}{4}$ cốc sữa chua Hy Lạp nguyên chất

- $\frac{1}{4}$ chén rau mùi tươi băm nhỏ, chia

- 3 muỗng canh dầu ô liu nguyên chất, chia

- 2 muỗng cà phê gừng tươi nạo

- 1 muỗng cà phê vỏ chanh nạo cộng với 2 muỗng canh nước trái cây, chia

- 1 tép tỏi, băm nhỏ

- $\frac{1}{2}$ muỗng cà phê thì là

- $\frac{1}{2}$ muỗng cà phê rau mùi

- $\frac{1}{4}$ muỗng cà phê tiêu

- 5 ounce (5 cốc) cải xoong, xé thành miếng vừa ăn

- $\frac{1}{4}$ chén quả hồ trăn đã bóc vỏ, nướng và xắt nhỏ, chia

Hướng:

a) Kết hợp củ cải đường, ⅓ cốc nước và ½ thìa cà phê muối trong tô lớn. Đậy nắp và cho vào lò vi sóng cho đến khi củ cải đường có thể dễ dàng đâm bằng dao gọt, trong 25 đến 30 phút, khuấy nửa chừng trong lò vi sóng. Xả củ cải trong chao và để nguội.

b) Đánh sữa chua, 3 muỗng canh rau mùi, 2 muỗng canh dầu, gừng, vỏ chanh và 1 muỗng canh nước cốt, tỏi, thì là, rau mùi, hạt tiêu và ½ muỗng cà phê muối với nhau trong bát. Từ từ khuấy trong tối đa 3 muỗng canh nước cho đến khi hỗn hợp có độ đặc của sữa chua thông thường. Nêm muối và hạt tiêu cho vừa ăn. Trải hỗn hợp sữa chua lên đĩa phục vụ.

c) Xào cải xoong với 2 muỗng canh quả hồ trăn, 2 muỗng cà phê dầu, 1 muỗng cà phê nước cốt chanh và một nhúm muối vào tô lớn. Xếp hỗn hợp cải xoong lên trên hỗn hợp sữa chua, để lại 1 inch đường viền hỗn hợp sữa chua. Quăng củ cải đường với 1 muỗng cà phê dầu còn lại, 2 muỗng cà phê nước cốt chanh còn lại và chút muối còn lại trong bát hiện đã cạn.

d) Xếp hỗn hợp củ cải lên trên hỗn hợp cải xoong. Rắc salad với 1 muỗng canh rau mùi còn lại và 2 muỗng canh hạt dẻ cười còn lại và phục vụ.

76. Fattoush với Butternut Squash và Apple

MÁY CHỦ 4

Thành phần:

- 2 (8 inch) bánh mì pita, cắt đôi theo chiều ngang
- $\frac{1}{2}$ chén dầu ô liu nguyên chất, chia
- $\frac{1}{8}$ cộng với $\frac{3}{4}$ muỗng cà phê muối ăn, chia
- $\frac{1}{8}$ muỗng cà phê tiêu
- 2 pound bí đỏ, gọt vỏ, bỏ hạt và cắt thành miếng $\frac{1}{2}$ inch
- 3 thìa nước cốt chanh
- 4 muỗng cà phê sumac xay, cộng thêm để phục vụ
- 1 tép tỏi, băm nhỏ
- 1 quả táo, bỏ lõi và cắt thành miếng $\frac{1}{2}$ inch
- $\frac{1}{4}$ đầu radicchio, bỏ lõi và cắt nhỏ (1 chén)
- $\frac{1}{2}$ chén mùi tây tươi xắt nhỏ
- 4 củ hành lá, thái lát mỏng

Hướng:

a) Điều chỉnh giá đỡ lò ở vị trí giữa và thấp nhất và làm nóng lò ở 375 độ. Sử dụng kéo nhà bếp, cắt xung quanh chu vi của mỗi pita và tách thành 2 vòng mỏng. Cắt mỗi vòng làm đôi.

b) Đặt mặt nhẵn của pitas xuống trên giá dây đặt trong khay nướng có viền. Chải đều mặt nhám của bánh pitas với 3 muỗng canh dầu, sau đó rắc $\frac{1}{8}$ muỗng cà phê muối và tiêu.

c) Nướng trên giá trên cho đến khi pitas giòn và có màu nâu vàng nhạt, từ 8 đến 12 phút. Để nguội hoàn toàn.

d) Tăng nhiệt độ lò lên 450 độ. Xào bí với 1 muỗng canh dầu và $\frac{1}{2}$ muỗng cà phê muối. Trải đều một lớp trên khay nướng có viền và nướng trên giá thấp hơn cho đến khi chín vàng và mềm, trong 20 đến 25 phút, khuấy đều giữa chừng. Đặt sang một bên để nguội một chút, khoảng 10 phút.

e) Đánh đều nước cốt chanh, cây thù du, tỏi và $\frac{1}{4}$ muỗng cà phê muối còn lại với nhau trong bát nhỏ và để yên trong 10 phút. Đánh liên tục, từ từ đổ $\frac{1}{4}$ chén dầu còn lại vào.

f) Bẻ bánh pita đã nguội thành từng miếng $\frac{1}{2}$ inch và cho vào tô lớn. Thêm bí nướng, táo, radicchio, rau mùi tây và hành lá. Rưới nước xốt lên món salad và trộn nhẹ nhàng. Nêm muối và hạt tiêu cho vừa ăn. Phục vụ, rắc các phần riêng lẻ với sumac bổ sung.

77. Panzanella với Fiddleheads

MÁY CHỦ 4

Thành phần:

- 1 pound fiddleheads, cắt tỉa và làm sạch

- $\frac{1}{2}$ muỗng cà phê muối ăn, chia nhỏ, cộng với muối để chần cá

- 6 ounces ciabatta hoặc bánh mì bột chua, cắt thành miếng $\frac{3}{4}$ inch (4 cốc)

- $\frac{1}{2}$ chén dầu ô liu nguyên chất, chia

- 1 tép tỏi, băm nhỏ để dán

- $\frac{1}{2}$ muỗng cà phê tiêu, chia

- $\frac{1}{4}$ chén giấm rượu vang đỏ

- 5 ounces cà chua nho, giảm một nửa

- 2 ounce phô mai dê, vụn ($\frac{1}{2}$ cốc)

- $\frac{1}{4}$ chén húng quế tươi xắt nhỏ

Hướng:

a) Đun sôi 4 lít nước trong nồi lớn. Đổ nước và đá vào nửa bát lớn. Thêm đầu cá và 1 thìa muối vào nước sôi và nấu cho đến khi chín mềm, khoảng 5 phút.

b) Sử dụng máy hớt nhện hoặc thìa có rãnh, chuyển đầu cá vào chậu nước đá và để yên cho đến khi nguội, khoảng 2 phút. Chuyển fiddleheads vào đĩa có lót ba lớp khăn giấy và lau khô.

c) Cho bánh mì, 3 muỗng canh nước và ¼ muỗng cà phê muối vào tô lớn, bóp nhẹ bánh mì cho đến khi nước ngấm hết. Nấu hỗn hợp bánh mì và ¼ chén dầu trong chảo không dính 12 inch trên lửa vừa và cao, khuấy thường xuyên cho đến khi chín vàng và giòn, từ 7 đến 10 phút.

d) Tắt lửa, đẩy bánh mì sang hai bên chảo. Thêm 1 muỗng canh dầu, tỏi và ¼ muỗng cà phê tiêu và nấu bằng lửa còn dư của chảo, cho hỗn hợp đã nghiền vào chảo, cho đến khi có mùi thơm, khoảng 10 giây. Khuấy bánh mì vào hỗn hợp tỏi, sau đó chuyển bánh mì vào tô để hơi nguội, khoảng 5 phút.

e) Đánh đều giấm, 3 muỗng canh dầu còn lại, ¼ muỗng cà phê muối còn lại và ¼ muỗng cà phê tiêu còn lại trong tô lớn cho đến khi hòa quyện. Thêm fiddleheads, croutons và cà chua và trộn nhẹ nhàng để áo khoác. Nêm muối và hạt tiêu cho vừa ăn. Chuyển sang đĩa phục vụ và rắc phô mai dê và húng quế. Phục vụ.

78. Salad trái cây và rau củ xắt nhỏ

PHỤC VỤ 4 ĐẾN 6

Thành phần:

- 1 pound mận chín nhưng chắc, xuân đào, đào hoặc mơ, giảm một nửa, rỗ và thái nhỏ
- ½ muỗng cà phê cộng với ⅛ muỗng cà phê muối, chia
- ½ muỗng cà phê đường
- 2 muỗng canh dầu ô liu siêu nguyên chất
- 2 thìa nước cốt chanh
- ¼ muỗng cà phê tiêu
- 4 quả dưa chuột Ba Tư, bổ đôi theo chiều dọc và xắt nhỏ
- 1 quả ớt chuông đỏ, bỏ cuống, bỏ hạt và thái nhỏ
- 4 củ cải, tỉa và thái nhỏ
- ¼ chén bạc hà tươi băm nhỏ
- ¼ chén mùi tây tươi băm nhỏ
- 1 củ hẹ, băm nhỏ
- 2 muỗng cà phê sumac xay

Hướng:

a) Quăng mận với ½ muỗng cà phê muối và đường vào tô.

b) Chuyển sang lưới lọc mịn và để ráo nước trong 15 phút, thỉnh thoảng đảo.

c) Đánh đều dầu, nước cốt chanh, hạt tiêu và $\frac{1}{8}$ muỗng cà phê muối còn lại trong tô lớn. Thêm mận ráo nước, dưa chuột, ớt chuông, củ cải, bạc hà, rau mùi tây, hẹ và sumac và trộn nhẹ nhàng để kết hợp.

d) Nêm muối và tiêu cho vừa ăn, dùng ngay.

79. Rau mùi tây-dưa chuột với Feta

PHỤC VỤ 4 ĐẾN 6 | 15 PHÚT

Thành phần:

- 1 muỗng canh mật lựu
- 1 muỗng canh giấm rượu vang đỏ
- $\frac{1}{4}$ muỗng cà phê muối ăn
- $\frac{1}{8}$ muỗng cà phê tiêu
- Nhúm ớt cayenne
- 3 muỗng canh dầu ô liu siêu nguyên chất
- 3 chén lá mùi tây tươi
- 1 quả dưa chuột Anh, cắt đôi theo chiều dọc và thái lát mỏng
- 1 chén quả óc chó, nướng thô và xắt nhỏ, chia
- 1 chén hạt lựu, chia
- 4 ounce phô mai feta, thái lát mỏng

Hướng:

a) Đánh đều mật lựu, giấm, muối, hạt tiêu và cayenne với nhau trong tô lớn. Đánh liên tục, từ từ nhỏ dầu vào cho đến khi nhũ hóa.

b) Thêm rau mùi tây, dưa chuột, $\frac{1}{2}$ chén quả óc chó và $\frac{1}{2}$ chén hạt lựu và trộn đều. Nêm muối và hạt tiêu cho vừa ăn.

c) Chuyển sang đĩa phục vụ và phủ feta lên trên, $\frac{1}{2}$ cốc quả óc chó còn lại và $\frac{1}{2}$ cốc hạt lựu còn lại.

d) Phục vụ.

80. Salad ba hạt đậu

MÁY CHỦ 4

Thành phần:

- 4 ounce đậu Hà Lan đường, bỏ dây, cắt thành từng miếng $\frac{1}{2}$ inch
- $\frac{1}{2}$ muỗng cà phê cộng với một nhúm muối ăn, chia nhỏ, cộng với muối để chần
- 9 ounce đậu Hà Lan còn vỏ, đã bóc vỏ ($\frac{3}{4}$ cốc)
- 5 muỗng canh dầu ô liu nguyên chất, chia
- $\frac{1}{4}$ cốc sữa chua Hy Lạp nguyên chất
- 2 muỗng canh cộng với 1 muỗng cà phê nước cốt chanh, chia
- 1 tép tỏi, băm nhỏ
- 2 muỗng cà phê mù tạt Dijon
- $\frac{1}{4}$ muỗng cà phê tiêu
- 2 ounce (2 cốc) rau arugula cho bé
- 4 ounce đậu tuyết, bỏ dây, thái lát mỏng theo chiều dọc
- 4 củ cải, gọt vỏ, cắt đôi và thái lát mỏng
- $\frac{1}{3}$ chén lá bạc hà tươi, xé nhỏ nếu lớn

Hướng:

a) Đổ nước và đá vào nửa bát lớn. Cho chao vào âu nước đá. Đun sôi 1 lít nước trong nồi vừa trên lửa lớn.

b) Thêm đậu Hà Lan và 1 muỗng canh muối và nấu cho đến khi đậu Hà Lan có màu xanh tươi và mềm giòn, khoảng 1 phút.

c) Sử dụng thìa hớt bọt hoặc thìa có rãnh, chuyển đậu Hà Lan vào một cái chao đặt trong bồn nước đá. Cho đậu Hà Lan vào nước sôi và nấu cho đến khi có màu xanh sáng và mềm, khoảng 1 phút rưỡi.

d) Chuyển sang chao cùng với đậu Hà Lan và để yên cho đến khi nguội, khoảng 5 phút. Nhấc chao ra khỏi bể nước đá và chuyển đậu Hà Lan sang đĩa có lót khăn giấy ba lớp và lau khô; để qua một bên.

e) Đánh $\frac{1}{4}$ chén dầu, sữa chua, 2 muỗng canh nước cốt chanh, tỏi, mù tạt, tiêu và $\frac{1}{2}$ muỗng cà phê muối với nhau trong bát. Trải hỗn hợp sữa chua lên đĩa phục vụ.

f) Cho rau arugula, đậu Hà Lan, củ cải, bạc hà và đậu Hà Lan ướp lạnh với 1 thìa cà phê nước cốt chanh còn lại, chút muối còn lại và 1 thìa canh dầu còn lại vào một bát lớn riêng.

g) Xếp salad lên trên hỗn hợp sữa chua. Phục vụ ngay lập tức, kết hợp salad với hỗn hợp sữa chua khi bạn phục vụ.

81. Salad khoai lang với hạnh nhân

MÁY CHỦ 6

Thành phần:

- 3 pound khoai lang, gọt vỏ và cắt thành miếng ¾ inch
- 6 muỗng canh dầu ô liu nguyên chất, chia
- 2 muỗng cà phê muối ăn
- 3 củ hành lá, thái lát mỏng
- 3 muỗng canh nước cốt chanh (2 trái chanh)
- 1 quả ớt jalapeño, bỏ cuống, bỏ hạt và băm nhỏ
- 1 muỗng cà phê thì là
- 1 muỗng cà phê ớt bột hun khói
- 1 thìa cà phê tiêu
- 1 tép tỏi, băm nhỏ
- ½ thìa cà phê tiêu xay
- ½ chén lá và thân ngò tươi, thái nhỏ
- ½ chén hạnh nhân, nướng và xắt nhỏ

Hướng:

a) Điều chỉnh giá đỡ lò ở vị trí giữa và làm nóng lò ở 450 độ. Quăng khoai tây với 2 muỗng canh dầu và muối, sau đó chuyển sang khay nướng có viền và dàn thành lớp đều. Nướng cho đến khi khoai tây mềm và mới bắt đầu chuyển sang màu nâu, từ 30 đến 40 phút, khuấy đều trong khi nướng. Để khoai tây nguội trong 30 phút.

b) Trong khi đó, kết hợp hành lá, nước cốt chanh, ớt jalapeño, thìa là, ớt bột, hạt tiêu, tỏi, hạt tiêu và ¼ chén dầu còn lại trong bát lớn. Thêm rau mùi, hạnh nhân và khoai tây và trộn đều. Phục vụ.

82. Horiatiki Salata

MÁY CHỦ 4

Thành phần:

- $1\frac{3}{4}$ pound cà chua chín, bỏ lõi
- $1\frac{1}{4}$ muỗng cà phê muối ăn, chia
- $\frac{1}{2}$ củ hành tím, thái lát mỏng
- 2 muỗng canh giấm rượu vang đỏ
- 1 muỗng cà phê oregano khô, cộng thêm gia vị
- $\frac{1}{2}$ thìa cà phê tiêu
- 1 quả dưa chuột kiểu Anh, bổ đôi theo chiều dọc và cắt thành miếng $\frac{3}{4}$ inch
- 1 quả ớt chuông xanh, bỏ cuống, bỏ hạt và cắt thành dải 2 x $\frac{1}{2}$ inch
- 1 chén ô liu Kalamata rỗ
- 2 muỗng canh bạch hoa, rửa sạch
- $\frac{1}{4}$ chén dầu ô liu siêu nguyên chất, cộng thêm cho mưa phùn
- Phô mai feta khối 1 (8 ounce), cắt thành hình tam giác dày $\frac{1}{2}$ inch

Hướng:

a) Cắt cà chua thành những miếng nêm dày ½ inch. Cắt nêm làm đôi theo chiều ngang.

b) Xào cà chua và ½ muỗng cà phê muối với nhau trong một cái chao đặt trong tô lớn. Để ráo nước trong 30 phút. Cho hành tây vào tô nhỏ, đậy bằng nước đá và để yên trong 15 phút.

c) Đánh đều giấm, lá oregano, hạt tiêu và ¾ thìa cà phê muối còn lại trong bát nhỏ thứ hai.

d) Đổ bỏ nước ép cà chua và chuyển cà chua vào tô rỗng. Xả hành tây và thêm vào bát với cà chua.

e) Thêm hỗn hợp giấm, dưa chuột, ớt chuông, ô liu và nụ bạch hoa rồi trộn đều. Mưa phùn với dầu và quăng nhẹ nhàng để áo khoác.

f) Nêm muối và hạt tiêu cho vừa ăn. Chuyển sang đĩa phục vụ và trên cùng với feta. Nêm từng lát feta với thêm lá oregano cho vừa ăn và rưới thêm dầu. Phục vụ.

83. Feta, Jicama và Salad cà chua

MÁY CHỦ 4

Thành phần:

- $1\frac{3}{4}$ pound cà chua chín, bỏ lõi
- $\frac{1}{4}$ muỗng cà phê muối ăn, cộng với muối để muối rau
- $\frac{1}{2}$ củ hành tím, thái lát mỏng
- 3 muỗng canh nước cốt chanh (2 trái chanh)
- $1\frac{1}{4}$ muỗng cà phê oregano khô, chia
- $\frac{3}{4}$ chén rau mùi tươi xắt nhỏ, chia
- $\frac{1}{2}$ thìa cà phê tiêu
- 12 ounce củ đậu, gọt vỏ và cắt thành miếng $\frac{1}{4}$ inch
- 6 củ cải, tỉa và cắt thành miếng $\frac{1}{4}$-inch
- 1 chén ô liu Kalamata rỗ
- $\frac{1}{4}$ chén dầu ô liu siêu nguyên chất, cộng thêm cho mưa phùn
- Phô mai feta khối 1 (8 ounce), cắt thành hình tam giác dày $\frac{1}{2}$ inch

Hướng:

a) Cắt cà chua thành những miếng nêm dày $\frac{1}{2}$ inch. Cắt nêm làm đôi theo chiều ngang.

b) Xào cà chua và ½ muỗng cà phê muối với nhau trong một cái chao đặt trong tô lớn. Để ráo nước trong 30 phút. Cho hành tây vào tô nhỏ, đậy bằng nước đá và để yên trong 15 phút. Đánh đều nước cốt chanh, 1 thìa cà phê lá oregano, ½ cốc ngò, hạt tiêu và ¼ thìa cà phê muối còn lại với nhau trong bát nhỏ thứ hai.

c) Đổ bỏ nước ép cà chua và chuyển cà chua vào tô rỗng. Xả hành tây và thêm vào bát với cà chua. Thêm hỗn hợp vôi, jicama, củ cải và ô liu và quăng để kết hợp.

d) Mưa phùn với dầu và quăng nhẹ nhàng để áo khoác. Nêm muối và hạt tiêu cho vừa ăn. Chuyển sang đĩa phục vụ và trên cùng với feta.

e) Rắc đều feta với ¼ muỗng cà phê oregano còn lại và ¼ chén rau mùi còn lại. Phục vụ, rưới thêm dầu.

84. Salad Bí Pantypan Nướng

PHỤC VỤ 4 ĐẾN 6 | 1 nhân sự

Thành phần:

sốt lá húng

- 1 ounce rau bồ công anh, tỉa và xé thành miếng vừa ăn
- 3 muỗng canh hạt hướng dương rang
- 3 muỗng canh nước
- 1 muỗng canh xi-rô phong
- 1 muỗng canh giấm táo
- 1 tép tỏi, băm nhỏ
- $\frac{1}{4}$ muỗng cà phê muối ăn
- $\frac{1}{8}$ muỗng cà phê ớt đỏ mảnh
- $\frac{1}{4}$ chén dầu ôliu nguyên chất

Rau xà lách

- 2 muỗng canh dầu ô liu siêu nguyên chất
- 2 muỗng cà phê xi-rô phong
- $\frac{1}{2}$ muỗng cà phê muối ăn
- $\frac{1}{8}$ muỗng cà phê tiêu
- $1\frac{1}{2}$ pound bí pattypan bé, giảm một nửa theo chiều ngang

- 4 bắp ngô, lấy hạt từ lõi ngô

- 1 pound cà chua chín, bỏ lõi, cắt thành miếng dày $\frac{1}{2}$ inch và cắt đôi miếng theo chiều ngang

- 1 ounce rau bồ công anh, tỉa và xé thành miếng vừa ăn (1 cốc)

- 2 muỗng canh hạt hướng dương rang

Hướng:

a) Đối với sốt pesto: Điều chỉnh giá đỡ lò nướng ở vị trí thấp nhất, đặt khay nướng có viền lên giá đỡ và làm nóng lò ở nhiệt độ 500 độ. Chế biến rau bồ công anh, hạt hướng dương, nước, xi-rô phong, giấm, tỏi, muối và hạt tiêu trong máy xay thực phẩm cho đến khi xay mịn, khoảng 1 phút, cạo xuống các cạnh bát nếu cần. Khi bộ xử lý đang chạy, nhỏ từ từ dầu vào cho đến khi kết hợp.

b) Đối với món salad: Đánh đều dầu, xi-rô cây thích, muối và hạt tiêu trong một bát lớn. Thêm bí và ngô và quăng lên áo khoác. Làm nhanh chóng, trải rau thành từng lớp trên tấm nong, xếp bí đã cắt xuống dưới.

c) Nướng cho đến khi mặt cắt của bí có màu nâu và mềm, từ 15 đến 18 phút. Chuyển chảo sang giá dây và để nguội một chút, khoảng 15 phút.

d) Cho bí và ngô nướng, một nửa số sốt pesto, cà chua và rau bồ công anh vào tô lớn và trộn nhẹ nhàng để kết hợp.

e) Rưới sốt pesto còn lại và rắc hạt hướng dương. Phục vụ.

85. Panna cotta sô cô la

5 phần

Thành phần:

- 500ml kem đặc
- 10g gelatine
- 70 g socola đen
- 2 muỗng canh sữa chua
- 3 muỗng canh đường
- một nhúm muối

Hướng:

a) Trong một lượng nhỏ kem, ngâm gelatine.

b) Trong một cái chảo nhỏ, đổ kem còn lại. Đun sôi đường và sữa chua, thỉnh thoảng khuấy nhưng không đun sôi. Lấy chảo ra khỏi bếp.

c) Khuấy sô cô la và gelatine cho đến khi chúng được hòa tan hoàn toàn.

d) Đổ đầy khuôn bằng bột và làm lạnh trong 2-3 giờ.

e) Để lấy panna cotta ra khỏi khuôn, hãy tráng nó dưới vòi nước nóng vài giây trước khi lấy món tráng miệng ra.

f) Trang trí theo ý thích của bạn và phục vụ!

86. Galette Cheesy với Salami

5 phần

Thành phần:

- 130 g bơ
- 300 g bột mì
- 1 muỗng cà phê muối
- 1 quả trứng
- 80ml sữa
- 1/2 muỗng cà phê giấm
- Đổ đầy:
- 1 quả cà chua
- 1 quả ớt ngọt
- quả bí
- xúc xích Ý
- phô mai Mozzarella
- 1 muỗng canh dầu ô liu
- các loại thảo mộc (chẳng hạn như cỏ xạ hương, húng quế, rau bina)

Hướng:

a) Cube lên bơ.

b) Trong một cái bát hoặc chảo, kết hợp dầu, bột mì và muối và cắt nhỏ bằng dao.

c) Cho một quả trứng, một ít giấm và một ít sữa vào.

d) Bắt đầu nhào bột. Làm lạnh trong nửa giờ sau khi cuộn nó thành một quả bóng và bọc nó trong màng bọc thực phẩm.

e) Cắt tất cả các Thành phần làm đầy.

f) Đặt nhân vào giữa miếng bột hình tròn lớn đã được cán mỏng trên giấy nướng (trừ Mozzarella).

g) Rưới dầu ô liu và nêm muối và hạt tiêu.

h) Sau đó, cẩn thận nhấc các mép bột lên, bọc chúng xung quanh các phần chồng lên nhau và ấn nhẹ chúng vào trong.

i) Làm nóng lò ở 200°C và nướng trong 35 phút. Thêm mozzarella mười phút trước khi kết thúc thời gian nướng và tiếp tục nướng.

j) Phục vụ ngay lập tức!

87. Tiramisu

Khẩu phần: 6

Thành phần:

- 4 lòng đỏ trứng
- $\frac{1}{4}$ chén đường trắng
- 1 muỗng canh vani chiết xuất
- $\frac{1}{2}$ chén kem tươi
- 2 chén phô mai mascarpone
- 30 ngón tay cái
- 1 $\frac{1}{2}$ tách cà phê đá lạnh được giữ trong tủ lạnh
- $\frac{3}{4}$ chén rượu mùi Frangelico
- 2 muỗng canh bột ca cao không đường

Hướng:

a) Trong một cái bát trộn, đánh đều lòng đỏ trứng, đường và chiết xuất vani cho đến khi thành kem.

b) Sau đó, đánh bông kem tươi cho đến khi bông cứng.

c) Kết hợp phô mai mascarpone và kem đánh bông.

d) Trong một bát trộn nhỏ, trộn nhẹ mascarpone vào lòng đỏ trứng và để sang một bên.

e) Kết hợp rượu với cà phê lạnh.

f) Nhúng ngón tay cái vào hỗn hợp cà phê ngay lập tức. Nếu lady-fingers quá ướt hoặc ẩm ướt, chúng sẽ bị sũng nước.

g) Đặt một nửa bánh lady-finger xuống đáy đĩa nướng 9x13 inch.

h) Đặt một nửa hỗn hợp làm đầy lên trên.

i) Đặt các ngón tay cái còn lại lên trên.

j) Đậy nắp lên đĩa. Sau đó, làm lạnh trong 1 giờ.

k) Bụi với bột ca cao.

88. Bánh kem Ricotta

Khẩu phần: 6

Thành phần:

- 1 vỏ bánh mua ở cửa hàng
- 1 ½ lb phô mai ricotta
- ½ chén phô mai mascarpone
- 4 quả trứng đánh tan
- ½ chén đường trắng
- 1 muỗng canh rượu mạnh

Hướng:

a) Làm nóng lò ở nhiệt độ 350 độ F.

b) Kết hợp tất cả các Thành phần làm đầy trong một bát trộn. Sau đó đổ hỗn hợp vào vỏ bánh.

c) Làm nóng lò ở 350 °F và nướng trong 45 phút.

d) Làm lạnh bánh trong ít nhất 1 giờ trước khi phục vụ.

89. bánh quy hồi

Khẩu phần: 36

Thành phần:

- 1 chén đường
- 1 chén bơ
- 3 chén bột mì
- ½ cốc sữa
- 2 quả trứng đánh tan
- 1 muỗng canh bột nở
- 1 muỗng canh chiết xuất hạnh nhân
- 2 muỗng cà phê rượu hồi
- 1 chén đường bánh kẹo

Hướng:

a) Làm nóng lò ở nhiệt độ 375 độ F.

b) Đánh đều đường và bơ cho đến khi nhẹ và mịn.

c) Kết hợp bột mì, sữa, trứng, bột nở và chiết xuất hạnh nhân dần dần.

d) Nhào bột cho đến khi nó trở nên dính.

e) Tạo những quả bóng nhỏ từ những miếng bột dài 1 inch.

f) Làm nóng lò ở nhiệt độ 350°F và bôi mỡ lên khay nướng. Đặt các quả bóng trên tấm nướng.

g) Làm nóng lò ở 350°F và nướng bánh trong 8 phút.

h) Kết hợp rượu mùi hồi, đường bánh kẹo và 2 muỗng canh nước nóng trong một bát trộn.

i) Cuối cùng, nhúng bánh quy vào men khi chúng vẫn còn ấm.

90. Panna cotta

Khẩu phần: 6

Thành phần:

- ⅓ cốc sữa
- 1 gói gelatin không hương vị
- 2 ½ cốc kem nặng
- ¼ chén đường
- ¾ chén dâu tây thái lát
- 3 muỗng canh đường nâu
- 3 muỗng canh rượu mạnh

Hướng:

a) Khuấy sữa và gelatin với nhau cho đến khi gelatin hòa tan hoàn toàn. Loại bỏ khỏi phương trình.

b) Trong một cái chảo nhỏ, đun sôi kem nặng và đường.

c) Kết hợp hỗn hợp gelatin vào kem nặng và đánh trong 1 phút.

d) Chia hỗn hợp cho 5 ramekin.

e) Đặt bọc nhựa trên ramekins. Sau đó, làm lạnh trong 6 giờ.

f) Trong một bát trộn, kết hợp dâu tây, đường nâu và rượu mạnh; làm lạnh ít nhất 1 giờ.

g) Đặt dâu tây lên trên panna cotta.

91. bánh flan vị caramen

Khẩu phần: 4

Thành phần:

- 1 muỗng canh vani chiết xuất
- 4 quả trứng
- 2 lon sữa (1 lon và 1 đặc có đường)
- 2 chén kem tươi
- 8 muỗng canh đường

Hướng:

a) Làm nóng lò ở nhiệt độ 350 độ F.

b) Trong chảo chống dính, đun chảy đường trên lửa vừa cho đến khi vàng.

c) Đổ đường hóa lỏng vào chảo nướng khi nó vẫn còn nóng.

d) Trong một món trộn, đập trứng và đánh tan. Kết hợp sữa đặc, chiết xuất vani, kem và sữa ngọt trong một bát trộn. Thực hiện một hỗn hợp kỹ luỡng.

e) Đổ bột vào chảo nướng phủ đường tan chảy. Đặt chảo vào chảo lớn hơn với 1 inch nước sôi.

f) Nướng trong 60 phút.

92. Kem Catalunya

Khẩu phần: 3

Thành phần:

- 4 lòng đỏ trứng
- 1 quế (thanh)
- 1 quả chanh (vỏ chanh)
- 2 muỗng canh bột bắp
- 1 chén đường
- 2 ly sữa
- 3 cốc Trái cây tươi (quả mọng hoặc quả sung)

Hướng:

a) Trong chảo, đánh lòng đỏ trứng và một lượng lớn đường. Xay cho đến khi hỗn hợp sủi bọt và mịn.

b) Thêm thanh quế với vỏ chanh. Thực hiện một hỗn hợp kỹ lưỡng.

c) Trộn bột ngô và sữa. Để lửa nhỏ, khuấy đều cho đến khi hỗn hợp đặc lại.

d) Lấy nồi ra khỏi lò. Để nguội trong vài phút.

e) Đặt hỗn hợp vào ramekins và đặt sang một bên.

f) Đặt ít nhất 3 giờ trong tủ lạnh.

g) Khi đã sẵn sàng phục vụ, rắc phần đường còn lại lên ramekins.

h) Đặt ramekins trên kệ dưới cùng của nồi hơi. Để đường tan chảy cho đến khi chuyển sang màu vàng nâu.

i) Như một món trang trí, phục vụ với trái cây.

93. Kẹo hạt Tây Ban Nha

Khẩu phần: 1 Khẩu phần

Nguyên liệu

- 1 cốc sữa
- 3 chén Đường nâu nhạt
- 1 muỗng canh bơ
- 1 muỗng cà phê chiết xuất vani
- 1 pound thịt quả óc chó; băm nhỏ

Hướng:

a) Đun sôi sữa với đường nâu cho đến khi chuyển sang màu caramel, sau đó thêm bơ và tinh chất vani ngay trước khi dùng.

b) Ngay trước khi lấy kẹo ra khỏi lửa, hãy thêm quả óc chó.

c) Trong một bát trộn lớn, trộn kỹ các loại hạt và múc hỗn hợp vào các khuôn bánh muffin đã chuẩn bị.

d) Cắt thành hình vuông bằng một con dao sắc ngay lập tức.

94. bánh pudding mật ong

Khẩu phần: 6 khẩu phần

Nguyên liệu

- ¼ chén bơ không ướp muối
- 1½ cốc sữa
- 2 quả trứng lớn; đánh nhẹ
- 6 lát bánh mì White country; bị rách
- ½ cốc Rõ ràng; mật ong mỏng, cộng với
- 1 muỗng canh Rõ ràng; mật ong loãng
- ½ cốc Nước nóng; thêm
- 1 muỗng canh Nước nóng
- ¼ muỗng cà phê bột quế
- ¼ muỗng cà phê vani

Hướng:

a) Làm nóng lò ở 350 độ và sử dụng một ít bơ để phết một đĩa bánh thủy tinh 9 inch. Đánh đều sữa và trứng, sau đó cho các miếng bánh mì vào và đảo đều.

b) Để bánh mì ngâm trong 15 đến 20 phút, lật lại một hoặc hai lần. Trong một chảo chống dính lớn, đun nóng bơ còn lại trên lửa vừa.

c) Chiên bánh mì đã ngâm trong bơ cho đến khi vàng, khoảng 2 đến 3 phút cho mỗi mặt. Chuyển bánh mì vào món nướng.

d) Trong một cái bát, kết hợp mật ong và nước nóng và khuấy đều cho đến khi hỗn hợp được trộn đều.

e) Khuấy quế và vani và rưới hỗn hợp lên và xung quanh bánh mì.

f) Nướng khoảng 30 phút, hoặc cho đến khi vàng nâu.

95. bánh hành Tây Ban Nha

Khẩu phần: 2 khẩu phần

Nguyên liệu

- ½ muỗng cà phê dầu Olive
- 1 lít hành Tây Ban Nha
- ¼ chén nước
- ¼ chén rượu vang đỏ
- ¼ muỗng cà phê hương thảo khô
- 250 gram Khoai tây
- 3/16 cốc sữa chua tự nhiên
- ½ muỗng canh bột mì
- ½ quả trứng
- ¼ chén phô mai Parmesan
- ⅛ chén mùi tây Ý xắt nhỏ

Hướng:

a) Chuẩn bị hành tây Tây Ban Nha bằng cách cắt lát mỏng và nghiền khoai tây và phô mai parmesan.

b) Trong một cái chảo có đáy nặng, đun nóng dầu. Nấu, thỉnh thoảng khuấy, cho đến khi hành tây mềm.

c) Đun nhỏ lửa trong 20 phút hoặc cho đến khi chất lỏng bay hơi hết và hành chuyển sang màu nâu đỏ sẫm.

d) Trộn hương thảo, khoai tây, bột mì, sữa chua, trứng và phô mai parmesan với nhau trong một bát trộn. Cho hành tây vào.

e) Trong một đĩa flan 25cm cách nhiệt tốt, trải đều các Thành phần. Làm nóng lò ở 200°C và nướng trong 35-40 phút hoặc cho đến khi bánh có màu vàng nâu.

f) Trang trí với mùi tây trước khi cắt thành miếng và phục vụ.

96. chảo soufflé Tây Ban Nha

Khẩu phần: 1

Nguyên liệu

- 1 Hộp Cơm Gạo Lứt Tây Ban Nha
- 4 quả trứng
- 4 lạng ớt xanh xắt nhỏ
- 1 ly nước
- 1 chén Phô mai bào

Hướng:

a) Làm theo hướng dẫn trên bao bì Hướng dẫn nấu những thứ trong hộp.

b) Khi cơm đã chín, cho các Thành phần còn lại vào, trừ phô mai.

c) Phủ phô mai bào lên trên và nướng ở nhiệt độ 325°F trong 30-35 phút.

97. Mật ong đông lạnh Semifreddo

Khẩu phần: 8 khẩu phần

Thành phần

- kem nặng 8 ounce
- 1 muỗng cà phê chiết xuất vani
- 1/4 muỗng cà phê nước hoa hồng
- 4 quả trứng lớn
- 4 1/2 ounce mật ong
- 1/4 muỗng cà phê cộng với 1/8 muỗng cà phê muối kosher
- Toppings như trái cây thái lát, hạt nướng, ngòi ca cao hoặc sô cô la bào

Hướng

a) Làm nóng lò ở 350°F. Lót khuôn ổ bánh mì 9 x 5 inch bằng màng bọc thực phẩm hoặc giấy da.

b) Đối với Semifreddo, trong bát của máy trộn đứng có gắn máy đánh trứng, đánh kem, vani và nước hoa hồng cho đến khi bông cứng.

c) Chuyển sang một bát hoặc đĩa riêng, đậy nắp và làm lạnh cho đến khi sẵn sàng sử dụng.

d) Trong bát của máy trộn đứng, đánh đều trứng, mật ong và muối. Để trộn, sử dụng thìa linh hoạt để khuấy mọi thứ lại với nhau. Điều chỉnh nhiệt để duy trì đun sôi chậm trong nồi cách thủy đã chuẩn bị, đảm bảo bát không chạm vào nước.

e) Trong một cái chảo bằng thép không gỉ, nấu, khuấy và cạo thường xuyên bằng thìa linh hoạt, cho đến khi ấm đến 165°F, khoảng 10 phút.

f) Chuyển hỗn hợp vào máy trộn đứng có gắn máy đánh trứng khi hỗn hợp đạt đến 165°F. Đánh trứng ở nhiệt độ cao cho đến khi nổi bọt.

g) Nhẹ nhàng đánh một nửa số kem đã chuẩn bị bằng tay. Thêm các Thành phần còn lại, đánh nhanh, sau đó trộn đều bằng thìa dẻo cho đến khi trộn đều.

h) Cạo vào chảo ổ bánh mì đã chuẩn bị sẵn, đậy kín và đông lạnh trong 8 giờ hoặc cho đến khi đủ rắn để cắt lát hoặc cho đến khi nhiệt độ bên trong đạt 0°F.

i) Đảo ngược semifreddo lên một món ăn đã nguội để phục vụ.

98. Zabaglione

Khẩu phần: 4

Thành phần

- 4 lòng đỏ trứng
- 1/4 chén đường
- 1/2 chén rượu Marsala khô hoặc rượu trắng khô khác
- vài nhánh bạc hà tươi

Hướng:

a) Trong một cái chậu cách nhiệt, đánh lòng đỏ và đường cho đến khi có màu vàng nhạt và bóng. Marsala sau đó nên được đánh vào.

b) Đun sôi một nửa nồi vừa chứa đầy nước. Bắt đầu đánh hỗn hợp trứng/rượu trong tô cách nhiệt trên miệng nồi.

c) Tiếp tục đánh trong 10 phút bằng máy đánh trứng (hoặc máy đánh trứng) trên nước nóng.

d) Sử dụng nhiệt kế đọc tức thì để đảm bảo hỗn hợp đạt 160°F trong thời gian nấu.

e) Tắt bếp và múc zabaglione lên trái cây đã sơ chế, trang trí bằng lá bạc hà tươi.

f) Zabaglione cũng ngon không kém khi ăn kèm với kem hoặc ăn riêng.

99. hành sumac

Làm khoảng 2 cốc

Nguyên liệu

- 1 củ hành đỏ, cắt đôi và cắt qua đầu rễ thành những miếng $\frac{1}{4}$ inch
- 2 thìa nước cốt chanh
- 2 muỗng canh giấm rượu vang đỏ
- 1 muỗng canh dầu ô liu siêu nguyên chất
- 1 muỗng canh sumac xay
- $\frac{1}{2}$ muỗng cà phê đường
- $\frac{1}{4}$ muỗng cà phê muối ăn

Hướng:

a) Kết hợp tất cả các thành phần trong bát.

b) Để yên, thỉnh thoảng khuấy trong 1 giờ. (Hành có thể để tủ lạnh đến 1 tuần).

100. Chug xanh

Làm khoảng ½ cốc

Nguyên liệu

- 6 muỗng canh dầu ô liu siêu nguyên chất
- ½ muỗng cà phê rau mùi
- ¼ muỗng cà phê thì là
- ¼ muỗng cà phê bạch đậu khấu
- ¼ muỗng cà phê muối ăn
- Nhúm đinh hương đất
- ¾ chén lá ngò tươi
- ½ chén lá mùi tây tươi
- 2 quả ớt Thái xanh, bỏ cuống và thái nhỏ
- 2 tép tỏi, băm nhỏ

Hướng:

a) Cho dầu vi sóng, rau mùi, thìa là, thảo quả, muối và đinh hương vào bát đậy nắp cho đến khi có mùi thơm, khoảng 30 giây; để nguội hoàn toàn.

b) Xay hỗn hợp dầu-gia vị, rau mùi, rau mùi tây, ớt và tỏi trong máy xay thực phẩm cho đến khi tạo thành hỗn hợp thô, khoảng 15 hạt, cạo xuống các cạnh của bát nếu cần.

PHẦN KẾT LUẬN

Không nên nhầm lẫn cách nấu ăn của vùng Địa Trung Hải với chế độ ăn Địa Trung Hải, được phổ biến vì lợi ích sức khỏe rõ ràng của chế độ ăn giàu dầu ô liu, lúa mì và các loại ngũ cốc khác, trái cây, rau và một lượng hải sản nhất định, nhưng ít trong thịt và các sản phẩm từ sữa.

Ẩm thực Địa Trung Hải bao gồm cách xử lý những nguyên liệu này và các Thành phần khác, bao gồm cả thịt, trong nhà bếp, cho dù chúng có tốt cho sức khỏe hay không.

Quan tâm đến việc thử chế độ ăn Địa Trung Hải? Bắt đầu với những mẹo sau:

A. Xây dựng bữa ăn xung quanh rau, đậu và ngũ cốc.

B. Ăn cá ít nhất hai lần một tuần.

C. Sử dụng dầu ô liu thay cho bơ trong chế biến thức ăn.

www.ingramcontent.com/pod-product-compliance
Lightning Source LLC
Chambersburg PA
CBHW070644120526
44590CB00013BA/842